Copyright 2024 by Chí Tâm

Đừng **đọc sách này** nếu bạn chưa đủ tuổi

Ebook **có trên** Facbook

Sách giấy **mua** smashwords.com

- Làm gì khi cá tính của bạn bị xã hội Việt phủ định

- Thể hiện bản thân bị xã hội Việt coi là kiêu ngạo: làm sao đây

- Keo kiệt nhưng vẫn không bị chỉ trích

- Cần cù quan trọng hơn thông minh: sai lầm cực lớn của giáo dục Việt

- Người Việt có phải Song Tử lài Kim Ngưu

Nếu từ chối thành công, mời bỏ qua sách này

Ebook **có trên** Facbook

Sách giấy **mua** smashwords.com

- Midheaven signs. Chưa biết điều này, bạn mãi chưa làm chủ được

- Jupiter signs. Bất ngờ cách may mắn chưa đến với bạn

- Cung mọc và cách bạn giao tiếp

- Uranus signs. Ngày sinh nói gì về cách bạn tự mình đổi đời

- Mercury signs. Sự thật về khả năng chớp thời cơ của bạn

Mục Lục

Chương 1 : Venus Sign. Biết ngày sinh biết ngay cách tán tỉnh

Làm ơn chia sẻ sách này cho 20 người.....Thôi được rồi! Chỉ cần 1 người là tác giả vui rồi. Cảm ơn

Kính thưa quý độc giả, cung hoàng đạo mà chúng ta thường được biết là cung Sun Sign - tính cách chung

Tuy nhiên trong chiêm tinh học, Sun Sign chỉ là 1 loại cung trong số 12 loại cung: Sun Sign, *Moon Signs*, **Venus Love Signs**, *Mercury Signs*, **Mars Signs**, *Jupiter Signs, Saturn Signs, Uranus Signs, Neptune Signs, Pluto Signs, Asteroid Signs, Midheaven Signs*. Trong đó **Venus Love Signs** chuyên nói về tình yêu. Trong chương này chúng ta sẽ bàn về Venus Sign, dấu hiệu Venus tình yêu. Một người có thể có Sun Sign là Bạch Dương nhưng có Venus Sign là Kim Ngưu. Đôi khi Venus Sign của một người sẽ giống với Sun Sign của họ, nhưng cũng có thể khác. Cung tình yêu Venus của bạn không bao giờ cách Sun Sign của bạn quá hai cung.

Có người hỏi tôi là liệu Venus này có hợp với Venus kia không. Tôi xin trả lời là chẳng có câu trả lời nào chính xác cho việc người này liệu có hợp với người kia hay không. Khi yêu, ta không nên đặt câu hỏi là người đó có hợp với mình hay không mà ta nên đặt câu hỏi là mình có chấp nhận được người đó hay không. Vì có thể Venus các bạn hợp nhưng Sun sign, Mars sign (chương 2) chưa chắc các bạn đã hợp, cho nên không có khái niệm hợp nhau hoàn toàn. Trong tình yêu có các giai đoạn: tìm hiểu=>chấp nhận=>sống chung hoặc chia tay. Mục đích cuốn sách này là giúp quá trình tìm hiểu của các bạn được dễ dàng hơn rồi đến giai đoạn chấp nhận. Tỉ lệ li hôn so với kết hôn ở Việt Nam 2023 là 25%. Lý do tôi viết ebook miễn phí này để ngăn chặn điều này

Vậy để biết chính xác bạn thuộc Venus Sign nào, mời bạn tra trong link sau:

https://cafeastrology.com/whats-my-venus-sign.html

Hoặc vào google gõ: Venus calculator và tra ngày tháng năm sinh. **Lưu ý tìm web tiếng Anh chứ tiếng Việt bạn sẽ tìm không ra nhé**. Và thêm một lưu ý nữa. Nếu bạn đọc về Venus của mình mà thấy chỉ đúng 1 phần, không đúng hoàn toàn thì khả năng Venus của bạn không phải là Venus thuần. Tức là ngày sinh của bạn lai giữa hai cung Venus. Ví dụ 60% Venus Bạch Dương, 40% Venus Kim Ngưu, như trường hợp sau.

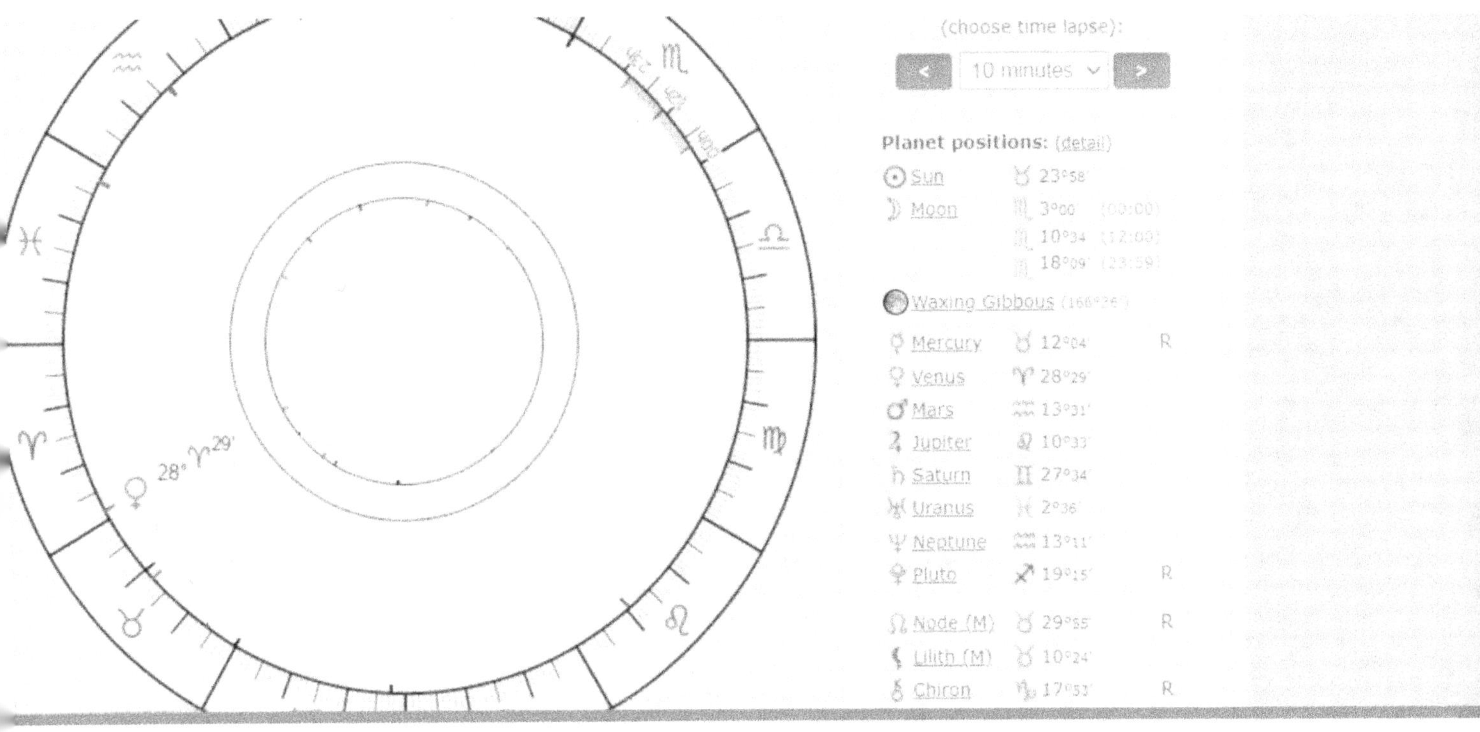

Các bạn thấy ở hình trên biểu tượng Venus ♀ không nằm chính giữa Bạch Dương ♈ mà nằm lệch xuống Kim Ngưu ♉. Nếu nằm chính giữa Bạch Dương ♈ thì là Bạch Dương ♈ thuần

Thậm chí có khi hiện ra hai kết quả Venus, ví dụ Venus Thiên Bình, Venus Xử Nữ, vì bạn 50% Venus Thiên Bình và 50% là Venus Xử nữ. Vậy để biết bạn lai hay thuần, bạn có thể vào link sau. Chú ý biểu tượng Venus ♀, các bạn nhé. ♈ Bạch Dương, ♉ Kim Ngưu, ♊ Song Tử, ♋ Cự Giải, ♌ Sư Tử, ♍ Xử Nữ, ♎ Thiên Bình, ♏ Bọ Cạp, ♐ Nhân Mã, ♑ Ma Kết, ♒ Bảo Bình, ♓ Song Ngư

https://horoscopes.astro-seek.com/birth-chart-horoscope-online

Hoặc các bạn có thể vào google gõ: zodiac calculator, vô web tiếng Anh.

Phần 1 Venus Aries Bạch Dương. Đừng vồ vập quá chứ.

Nên nhớ: bạn có thể thuộc cung Kim Ngưu nhưng Venus Tình Yêu lại là Venus Bạch Dương. Đọc kĩ đầu chương

Bạch Dương Venus là những kẻ tán tỉnh rất táo bạo. Sự tinh tế không phải là đặc điểm của Venus Bạch Dương. Thay vì ngượng ngùng và hy vọng bạn sẽ chú ý đến họ, họ sẽ cố gắng gây ấn tượng với bạn bằng sự quan tâm, ve vãn của họ. Họ không hề muốn giấu giếm ý định của mình với bạn. Họ hơi ích kỷ, nhưng những người hiểu chuyện sẽ thấy điều này thật đáng yêu. Sự ngây thơ và quyến rũ của họ bộc lộ rất rõ ngay cả khi họ có thể hành động như một đứa trẻ hư. Họ bốc đồng, thiếu kiên nhẫn và đam mê… khi đã yêu. Từ miêu tả chính xác nhất cho Venus Bạch Dương là "dữ dội".

Những người sinh ra với Venus ở Bạch Dương có thể mang đến sự lãng mạn kỳ diệu như trẻ thơ. Họ thích sự năng động và tràn đầy năng lượng. Họ không đánh giá cao một mối quan hệ "chín chắn", mơ hồ hoặc rụt rè. Họ thích sự rượt đuổi và chinh phục ngay từ khi bắt đầu cuộc tình. Để giữ được sự chú ý của họ, bạn cần phải giữ lửa để giữ cho nó luôn mới mẻ. Họ thích đối tác của mình phải cởi mở và trung thực với họ. Họ thường có những hành động tự phát trong tình yêu và điều này tiếp thêm dầu vào lửa tình của họ và họ thích vui tươi hơn là nghiêm túc. Họ thích là người dẫn dắt, vì vậy hãy chuẩn bị sẵn sàng để theo sau, ít nhất là trong hầu hết thời gian. Họ sẵn sàng tranh đua trong tình yêu. Họ không thích thua cuộc khi tranh giành tình cảm của ai đó, và khi thua cuộc, họ có thể rất cáu kỉnh hoặc ủ rũ.

Venus Bạch Dương dễ cảm nắng và bốc đồng nên dễ bị thu hút bởi nhiều loại người. Họ dễ chán và có thể mất hứng thú nhanh chóng như khi họ yêu. Họ rất tình cảm và nếu bị tổn thương, họ không ngại đứng lên bảo vệ chính mình. Khi kết hợp với một tâm hồn nhút nhát hơn, nửa kia có thể hơi choáng ngợp. Họ thích có một chút căng thẳng trong mối quan hệ để duy trì sự phấn khích… điều đó tạo ra sự kích thích tinh thần để khơi dậy sự quan tâm của họ.

Trong tình bạn, Bạch Dương Venus thích trở thành người có tính cách alpha trong nhóm. Họ hào phóng, thú vị và tự tin. Họ không ngại đẩy phong bì chỉ để xem điều gì sẽ xảy ra. Họ thẳng thắn và trung thực và sẽ không cố gắng che mắt bạn. Họ không có kiên nhẫn với sự tủi thân và bất an. Những người sinh ra với Venus ở Bạch Dương được ngưỡng mộ vì tính độc lập, tự tin và nghị lực tuyệt đối của họ. Họ có một niềm khao khát cuộc sống khiến họ trở nên hấp dẫn. Thay vì nói về những gì họ muốn làm, họ lại ở ngoài kia thực hiện nó.

Venus Bạch Dương rất thích sự năng động và năng động. Họ thích một cuộc tình sôi nổi hơn là nói chuyện thẳng thắn về việc mối quan hệ sẽ đi đến đâu. Do đó cách nhanh nhất để tắt lửa của Venus Bạch Dương là khiến họ đọc được suy nghĩ của bạn hoặc phân tích mối quan hệ tình cảm giữa bạn với họ. Điều này khiến Venus Bạch Dương phải đào sâu suy nghĩ nhiều

Nếu Venus Bạch Dương có thể học được một chút kiên nhẫn và bao dung, họ có thể nhận thấy rằng mọi người đều không cảm thấy nhàm chán sau mười phút. Họ cần học cách đưa công việc vào một mối quan hệ để nó có thể lâu dài và thỏa mãn cho cả hai bên. Kịch tính không nhất thiết phải quá cao trong mối quan hệ, mức độ phấn khích ít hơn cũng có thể tạo thêm hứng thú. Nếu Venus Bạch Dương dừng lại một chút và thực sự tìm ra điều họ thực sự muốn, họ sẽ dễ dàng đạt được mong muốn của mình hơn nhiều.

Nếu bạn muốn chiếm cảm tình của Venus Bạch Dương nam, hãy dành nhiều sự quan tâm cho Venus Bạch Dương. Vì bản tính tự tin và coi mình là trung tâm, đàn ông venus Bạch Dương thích được chú ý và được khen ngợi rằng anh ấy tuyệt vời như thế nào. Anh ấy sẽ cảm thấy hãnh diện và thấy cách giao tiếp trực tiếp của bạn thật hấp dẫn. Và đừng si mê của anh ấy ngay lập tức. Một khi bạn đã khơi gợi được sự quan tâm của anh ấy, hãy để anh ấy theo đuổi bạn.

Bạn có thể tán tỉnh anh ấy một cách tinh tế để anh ấy biết rằng bạn quan tâm và khiến anh ấy muốn nhiều hơn nữa. Anh ấy sẽ nổi điên khi nhận ra rằng bạn muốn anh ấy nhưng không cần anh ấy. Hãy chắc chắn không hành động quá xa cách.

Bạn hãy cởi mở và thẳng thắn với cảm xúc của bạn. Nếu có một điều gì đó hấp dẫn đối với đàn ông sao Kim ở Bạch Dương, thì đó là một người không quanh co. Nếu anh ấy vẫn chưa thực hiện bước đi đầu tiên, hãy mạnh dạn và tự mình thực hiện! Anh ấy sẽ thấy sự tự tin của bạn không thể cưỡng lại được và sẽ không thể tránh xa bạn.

Venus Bạch Dương có chung thủy không

Venus Bạch Dương lao vào các mối quan hệ một cách nhiệt tình và yêu đối tác của mình một cách trọn vẹn, say mê và chung thủy - cho đến khi sự phấn khích mất dần và sau đó họ lại buông thả. Không ai lại hết yêu nhanh như vậy. Venus Bạch Dương có thể dung thứ hầu hết các lỗi lầm (nói dối, lừa dối, không chung thủy) nhưng họ không thể dung thứ cho sự nhàm chán của đối phương. Họ có thể yêu người không nên yêu, ví dụ người yêu của bạn thân rồi nhận ra cuộc tình " chơi bời" này không thể kéo dài, và họ từ bỏ. Ngoài ra, họ rất độc lập và cần biết đối tác của mình cũng độc lập và không đeo bám.

Venus Bạch Dương không sợ bị từ chối hay thất vọng thất vọng trong tình trường. Nếu họ không thể thu hút được sự quan tâm của một người thì họ sẽ tìm kiếm những trải nghiệm mới mẻ và hứng thú ở nơi khác. Điều này khiến họ đặc biệt hấp dẫn đối với những đối tác tiềm năng, những người ngưỡng mộ sự dũng cảm và sáng kiến. Cùng với sự say đắm và lãng mạn, những người có sao Kim ở Bạch Dương cũng có thể trung thành mãnh liệt một khi đã cam kết với một mối quan hệ - điều sẽ giúp ích rất nhiều cho họ trên hành trình hướng tới tình yêu đích thực.

Venus Bạch Dương có một đặc điểm là nếu yêu bạn thật lòng họ sẽ khoe khoang mối quan hệ này với tất cả mọi người. Họ sẽ đăng hình hai bạn lên mạng xã hội, ra mắt bạn với bạn bè của họ và nếu họ dẫn bạn về gặp gia đình thì họ xác định rồi đấy. Bên cạnh đó họ sẽ nói về tương lai hai người. Lưu ý: nếu bạn đọc về Venus Bạch Dương mà thấy không đúng hoàn toàn, thì có thể bạn là venus lai chứ không phải thuần. Đọc kĩ đầu chương

Khi vợ bạn ngoại tình với một người đàn ông, cách hay nhất để trả thù anh ấy là cho luôn vợ bạn cho anh ấy (Sacha Guitry)

Sự tương thích của venus Bạch Dương khi yêu các venus khác:

mang tính tham khảo

Bạch Dương và Bạch Dương

Hai bạn có thể yêu từ cái nhìn đầu tiên. Sự hấp dẫn của bạn giống như một đám cháy rừng: đột ngột, nóng bỏng, năng động – và có khả năng nhanh chóng vượt khỏi tầm kiểm soát. Khi bạn nóng, cuộc tình này rất nóng bỏng nhưng một khi mọi thứ (cuối cùng) đã nguội, bạn có thể đối mặt với rất nhiều tranh cãi và xung đột nảy lửa.

Bạch Dương và Kim Ngưu

Sự kết hợp này đầy thử thách, nhưng – với sự chăm chỉ và hiểu biết và thấu hiểu – đó có thể là một sự kết hợp rất hài lòng. Bạch Dương bị thu hút bởi sự ổn định trần thế của Kim Ngưu và bị thu hút bởi tài năng thực tế của họ. Bình thường Bạch Dương thấy Kim Ngưu gợi cảm và chung thủy; nhưng vào một ngày tồi tệ, tính chiếm hữu và khả năng dự đoán của Kim Ngưu sẽ ảnh hưởng đến phong cách của Bạch Dương.

Bạch Dương và Song Tử

Có sự thu hút lẫn nhau ngay lập tức. Hai bạn có rất nhiều điểm chung: sở thích sự sôi động, đa dạng, phiêu lưu và trò chuyện. Nhưng vào thời điểm các vấn đề nảy sinh trong mối quan hệ (như thường lệ), cả hai bạn đều không đủ kiên nhẫn để giải quyết mọi việc và vì vậy có thể từ bỏ.

Bạch Dương và Cự Giải

Sự kết hợp này có thể khó khăn, bởi vì cả hai bạn đều đang tìm kiếm những thứ khác nhau. Bạch Dương muốn một cuộc tình sôi động, sôi nổi, đam mê; trong khi Cự Giải muốn có một mối quan hệ nuôi dưỡng, an toàn, đảm bảo.

Điều này có thể dẫn đến tình trạng căng thẳng và đau lòng. Nếu sun sign của venus Bạch Dương là Kim Ngưu hoặc Song Ngư thì cơ hội thành công lâu dài sẽ cao hơn.

Bạch Dương và Sư Tử

Đây là sự kết hợp rực lửa. Các bạn thấy nhau hấp dẫn không thể cưỡng lại được và khi ở bên nhau, những lời khen ngợi tuôn trào dày đặc và nhanh chóng. Nhưng tính ích kỷ (tiềm ẩn) của Bạch Dương và tính ích kỷ (tiềm năng) của Sư Tử có thể khiến mối quan hệ khó trưởng thành hơn và phát triển hơn sau giai đoạn mê đắm.

Bạch Dương và Xử Nữ

Bạch Dương bị thu hút bởi Xử Nữ vì họ là một thử thách. Bạch Dương khao khát được xuyên thủng tính cách đoan trang và kỷ luật của Xử Nữ - và Xử Nữ thích được theo đuổi. Nếu Bạch Dương bắt được họ, hai bạn sẽ có chung niềm yêu thích các hoạt động ngoài trời tuyệt vời, nhưng sự cầu toàn và lối soi mói của Xử Nữ có thể khiến Bạch Dương mất tập trung.

Bạch Dương và Thiên Bình

Ở đây có một sức hút mạnh mẽ của các mặt đối lập (đặc biệt nếu sun sign của venus Bạch Dương cũng là Bạch Dương và sun sign của venus Thiên Bình cũng là Thiên Bình). Bạch Dương phải lòng vẻ đẹp, sự duyên dáng và phong cách ngoại giao của Thiên Bình; và Thiên Bình yêu thích sự nhiệt tình, dũng cảm và bản chất thích phiêu lưu của Bạch Dương. Điều này có thể có tác dụng tốt về lâu dài, nhưng hãy lưu ý rằng Thiên Bình muốn cho và nhận trong mối quan hệ chứ không phải chỉ cho đi không đâu

Bạch Dương và Bọ Cạp

Sự kết hợp này rất đam mê. Mối quan hệ này hoặc là mặn nồng vô cùng hoặc mang tính hủy diệt - hiếm khi ở giữa. Vấn đề phát sinh từ bản chất tương phản của hai bạn. Bạch Dương cởi mở và trung thực (một số người có thể nói là thiếu tế nhị!) trong khi Bọ Cạp lại phức tạp và bí mật. Bạch

Dương phải mất một thời gian để hiểu rằng những gì Bọ Cạp nói không nhất thiết là những gì họ muốn nói.

Bạch Dương và Nhân Mã

Sức hấp dẫn ban đầu cực kỳ mạnh mẽ nhưng Nhân Mã nhanh chóng chán ngấy những yêu cầu hách dịch của Bạch Dương, và cuối cùng Bạch Dương có thể cảm thấy bị lấn át vì Nhân Mã thậm chí còn phóng khoáng và tự do hơn Bạch Dương. Hai bạn thường là bạn tốt hơn người yêu. Một lần nữa, một mối quan hệ lâu dài dựa trên tình bạn vui vẻ và nồng nàn không phải là một ý tưởng tồi!

Bạch Dương và Ma Kết

Hai bạn đều là những cá nhân có tính cạnh tranh, thích bận rộn và vượt qua thử thách, nhưng các bạn lại có tính khí trái ngược nhau. Bạch Dương là người thích thể hiện và bốc đồng trong tình yêu, trong khi Ma Kết lại theo đuổi cách tiếp cận tối giản, lạnh lùng. Xung đột cũng có thể nảy sinh về tiền bạc – Ma Kết muốn tiết kiệm còn Bạch Dương có thể muốn tiêu nó.

Bạch Dương và Bảo Bình

Bạch Dương bị mê hoặc bởi phong cách độc đáo của Bảo Bình khi thực hiện mọi việc và Bảo Bình ngưỡng mộ sự khởi đầu của Bạch Dương. Cả hai bạn đều coi trọng sự độc lập và tự do đến và đi tùy ý. Miễn là có đủ yếu tố để gắn kết các bạn lại với nhau (như sở thích và lý tưởng chung), điều này có thể dẫn đến một mối quan hệ hạnh phúc.

Bạch Dương và Song Ngư

Sự kết hợp này có thể hoạt động tốt (đặc biệt nếu sun sign của venus Bạch Dương là Song Ngư và/hoặc sun sign của venus Song Ngư là Bạch Dương). Venus Bạch Dương vừa lãng mạn vừa lý tưởng trong tình yêu, Bạch Dương ngưỡng mộ sự sáng tạo của Song Ngư và Song Ngư ngưỡng mộ sự tự tin của Bạch Dương. Nhưng sự thẳng thắn thô lỗ của Bạch Dương có thể dễ dàng làm tổn thương trái tim nhạy cảm và dễ bị tổn thương của đối phương.

Phần 2 Venus Taurus Kim Ngưu.

Bỏ lỡ những sắc thái tình cảm, liệu có làm ta thất vọng

Nên nhớ: bạn có thể thuộc cung Bạch Dương nhưng Venus Tình Yêu lại là Venus Kim Ngưu. Đọc kĩ đầu chương

Kim Ngưu Venus muốn cả năm giác quan của họ đều được nuông chiều. Họ thích 1 buổi tối lý tưởng tại một địa điểm thoải mái, đồ ăn thức uống tuyệt vời, âm nhạc nhẹ nhàng và nhiều thời gian riêng tư cho cả hai bạn. Những điều này trông có vẻ an toàn và thoải mái. Họ cần sự tin cậy và khả năng dự đoán trong các mối quan hệ của họ. Họ có thể khá chiếm hữu đối tác của mình và có thể cảm thấy bị đe dọa trong những tình huống khẩn cấp, tràn đầy năng lượng. Họ cần rất nhiều sự thể hiện tình yêu từ đối phương.

Những người sinh ra là Venus Kim Ngưu có thể không thích sự thay đổi và chỉ thích sự ổn định, nhưng đối tác của họ có thể cảm thấy thoải mái khi biết rằng họ rất trung thành và không ngừng tận tâm. Đổi lại, họ đánh giá cao lòng trung thành của bạn. Họ không thích bị đẩy đi khắp nơi. Họ có thể hay ghen và có thể tỏ ra hống hách với bạn đời khi cảm thấy không an toàn.

Người sao Kim ở Kim Ngưu không thích nhiều kịch tính trong cuộc sống và

những người tình hời hợt. Họ gắn kết thông qua các phương pháp xúc giác…
họ thích nắm tay, mát-xa và những thú vui thể xác khác.

Với tư cách là một người bạn, Venus Kim Ngưu thích đi chơi khi họ có nhiều
thứ thú vị để thưởng thức. Họ sẽ xuất hiện khi bạn cần giúp đỡ di chuyển hoặc
sơn nhà, đặc biệt thật thú vị nếu sau đó có thời gian để ăn uống và trò chuyện.
Họ là một người bạn đáng tin cậy và sẽ ở bên bạn khi bạn cần họ nhất.

Kim Ngưu Venus là một người dễ thương. Điều này hấp dẫn đối với bất kỳ ai
đang tìm kiếm một mối quan hệ lâu dài và ổn định. Họ mang đến sự tận tâm
lâu dài, sự tôn trọng và sự gợi cảm trần tục. Đối với những người thực sự
muốn chiếm được trái tim của Venus Kim Ngưu, họ phải kiên nhẫn và để
mọi việc diễn ra một cách tự nhiên. Bạn phải thể hiện sự tin cậy của mình đối
với họ và sẵn sàng chấp nhận sự bình lặng đơn giản cho cuộc sống chung của
cả hai.

Venus Kim Ngưu trông có vẻ bình thường nhưng họ có ý thức cam kết mạnh
mẽ. Họ lãng mạn nhưng không theo cách rườm rà. Họ thích chiều chuộng bạn
tình của mình bằng những thứ đơn giản nhưng không kém phần xa xỉ, như sô
cô la hảo hạng hoặc một buổi mát-xa nhẹ nhàng. Họ thực tế và coi trọng các
mối quan hệ của mình. Họ muốn sự an toàn và tìm kiếm một đối tác có thể
giúp họ đạt được điều đó. Người Venus Kim Ngưu coi sự an toàn này quan
trọng hơn nhu cầu tình cảm hoặc tinh thần. Điều này có thể khiến họ bỏ lỡ
những sắc thái tình cảm, điều này có thể là nguyên nhân khiến họ thất vọng.

Venus Kim Ngưu thường xử lý tốt những thứ có trong tay của họ. Họ không
cảm thấy cần thiết phải vội vàng hay căng thẳng trong hầu hết các tình huống.
Họ không thích thay đổi trừ khi cần thiết. Họ có thể có tài năng trong nghệ
thuật hoặc âm nhạc.

Venus Kim Ngưu luôn hướng về lối sống đơn giản, tốt đẹp. Họ rất vui khi
được ở bên và biết cách để có khoảng thời gian vui vẻ. Họ thường vui vẻ và
dễ hòa đồng. Sự khao khát thỏa mãn nhục dục kéo dài đến tận phòng ngủ, nơi
Venus Kim Ngưu đối xử với sự thân mật giống như sự cẩn thận của một đầu
bếp khi chuẩn bị một bữa ăn ngon.

Nếu bạn muốn chiếm cảm tình của Venus Kim Ngưu nam, bạn nên thể
hiện sự nữ tính của bạn. Bạn nên mặc quần áo đẹp và truyền thống, không

quá gợi cảm. Bạn có thể đeo một số trang sức vì Venus Kim Ngưu nam
thích những thứ xinh đẹp. Hãy khoe vóc dáng tự nhiên của bạn và thể hiện
sự tự tin bằng ngôn ngữ cơ thể, tư thế và bước đi. Anh ấy thích bạn trang
điểm nhẹ nhàng, tự nhiên. Nếu vẻ ngoài của bạn không quá đẹp, hãy thể
hiện bản thân theo bất kỳ cách nào khiến bạn cảm thấy thoải mái và khuấy
động nó lên. Nên động chạm cơ thể bằng cách nắm tay và …

Venus Kim Ngưu thích những đồ vật cũ nhưng chất lượng và không lỗi
thời. Họ có xu hướng nghi ngờ về những mốt nhất thời, vì vậy hãy giảm
bớt sự quan tâm của bạn đến những xu hướng thời thượng mới nhất khi ở
cạnh anh ấy. Đàn ông sao Kim ở Kim Ngưu cảm thấy tuyệt vời với các
hoạt động ngoài trời như đi dạo, khám phá công viên.

Hãy dành cho anh ấy thật nhiều tình cảm. Tặng quà và tiếp xúc cơ thể là
điều quan trọng đối với đàn ông Venus Kim Ngưu. Anh ấy cần biết giá trị
của mình đối với bạn trước khi hoàn toàn coi bạn là bạn đời. Anh ấy cảnh
giác với những trò chơi tình ái và thường có thể xem xét xem bạn có chân
thật hay không. Vì vậy anh ấy sẽ xem xét hành động hàng ngày của bạn
nhiều hơn lời nói của bạn. Nếu muốn tặng quà cho anh ấy, hãy tìm thứ gì
đó thiết thực, sạch sẽ và chất lượng cao thay vì thứ gì đó phức tạp.

Venus Kim Ngưu thích những thứ đơn giản nhưng chất lượng hơn là
những thứ đắt tiền. Con đường đến với trái tim của sao Kim Kim Ngưu là
đi qua dạ dày. Hãy Thu hút sự chú ý của anh ấy bằng những mùi nước hoa
tuyệt vời. Hãy cư xử nhẹ nhàng và kiên nhẫn vì đàn ông Venus Kim Ngưu
cố gắng tránh những kịch tính không cần thiết. Hãy cho anh ấy thấy bạn là
người đáng tin cậy và luôn hỗ trợ trong nhiều tình huống khác nhau. Hãy
chăm sóc sức khỏe thể chất của bạn vì Venus Kim Ngưu tin rằng ngoại
hình của bạn phản ánh con người bạn.

Đàn ông sao Kim ở Kim Ngưu có thể cứng nhắc và đấu tranh với sự thay
đổi. Nên để hẹn hò với ở những nơi mới, bạn nên cho anh ấy thấy hai
người sẽ có những khoảng thời gian thoải mái ở đó.

Làm sao chiếm cảm tình Venus Kim Ngưu nữ. Hãy cho Venus Kim
Ngưu nữ thấy rằng bạn là người thật thà và đáng tin cậy. Người phụ nữ
sao Kim ở Kim Ngưu muốn đảm bảo rằng bạn không nói một đằng làm
một nẻo. Hãy cho cô ấy thấy rằng bạn sẽ ở bên cô ấy lâu dài bằng cách tìm
hiểu sở thích, niềm tin và hoàn cảnh của cô ấy. Khi cô ấy cảm nhận được
rằng bạn thực sự quan tâm và nỗ lực, cô ấy không thể không bị thu hút.

Venus Kim Ngưu nữ thích bị theo đuổi, tuy nhiên, cô ấy muốn mối quan
hệ phát triển theo cách của mình, vì vậy đừng thúc ép cô ấy. Nếu bạ

không chắc cô ấy đang nghĩ gì, cứ hỏi cô ấy. Hãy có những cử chỉ như cách kéo ghế ra khi hẹn hò với cô ây, đừng rời mắt khỏi cô ấy và đặt tay bạn lên cánh tay hoặc vai cô ấy. Những cử chỉ tinh tế này rất lãng mạn (và đầy tôn trọng!)

Cô ấy sẽ thích việc bạn có thể gắn kết tình yêu của mình với ẩm thực, âm nhạc và nghệ thuật. Đừng đẩy cô ấy đi quá xa vùng an toàn của cô ấy và hãy chọn những nơi quen thuộc với cô ấy. Khi bạn có hẹn với cô ấy, hãy nhớ có mặt đúng giờ nhé! Người phụ nữ sao Kim ở Kim Ngưu thực hiện nghiêm túc các cam kết của mình và sẽ không bị ấn tượng bởi việc đến muộn.

Venus Kim Ngưu có chung thủy không.

Venus Kim Ngưu rất chung thủy. Họ thường bị bỏ hơn là bỏ người yêu. Nguyên nhân do họ có tính chiếm hữu, ghen tuông và làm theo ý mình (đặc biệt nếu Sun sign là Kim Ngưu). Nên ở phần này, chúng ta chỉ bàn về việc liệu Venus Kim Ngưu có cam kết vơi bạn không. Chứ một khi đã bắt đầu cam kết yêu bạn, họ sẽ rất chung thủy.

Đừng mong đợi kết quả nhanh chóng nếu bạn có cảm tình với Venus Kim Ngưu. Họ khá kén chọn. Họ không cần bất kỳ ai ngoại trừ chính họ. Họ biết chính xác người họ muốn và họ có một hệ thống giá trị nhất định. Nếu bạn không phù hợp với mong muốn và giá trị của họ, họ sẽ không chọn bạn. Bạn có thể tham khảo phụ lục 1 để chiếm cảm tình Kim Ngưu.

Họ tỏ ra rất điềm tĩnh khi bạn tiếp cận họ. Họ không thích sự kiêu căng, làm quá mọi việc. Sự kịch tính, ồn ào sẽ khiến họ tạm biệt bạn. Nếu bạn muốn hẹn hò với họ, họ có thể không "đồng ý" ngay lập tức. Nếu bạn cố gắng ép họ hẹn hò, bạn sẽ mất họ. Bạn nên tỏ ra thoải mái, điềm tĩnh và chắc chắn về những gì bạn muốn. Nếu họ thích bạn, họ sẽ liên hệ lại với bạn để xác nhận. Nếu họ không quan tâm, họ sẽ không để bạn phải chờ đợi vì họ không thích chơi trò chơi tình ái. Nếu họ đồng ý hẹn hò lần thứ hai thì gần như đã đồng ý yêu bạn. Họ có thể mất vài ngày để quyết định. Khi yêu bạn họ sẽ chiếm hữu bạn.

Venus Kim Ngưu không thích chơi những trò tình ái như bắt cá hai tay, cắm sừng người mình yêu. Nếu họ không còn yêu bạn, họ sẽ không còn muốn chiếm hữu bạn nữa và thể hiện rõ ràng với bạn.

Lưu ý: nếu bạn đọc về Venus Kim Ngưu mà thấy không đúng hoàn toàn, thì có thể bạn là Venus lai chứ không phải thuần. Đọc kĩ đầu chương

Khi vợ bạn ngoại tình với một người đàn ông, cách hay nhất để trả thù anh ấy là cho luôn vợ bạn cho anh ấy (Sacha Guitry)

Sự tương thích của Venus Kim Ngưu khi yêu các venus khác: cái này mang tính tham khảo

Kim Ngưu và Bạch Dương

Kim Ngưu thực hiện việc thu hút còn Bạch Dương thì theo đuổi. Một khi Kim Ngưu bị chinh phục, mối quan hệ có thể tốt đẹp, miễn là Kim Ngưu để Bạch Dương nghĩ họ là ông chủ! Sẽ rất tốt đẹp nếu sun sign của venus Kim Ngưu là Bạch Dương và/hoặc sun sign của venus Bạch Dương là Kim Ngưu, còn nếu không thì sự liều lĩnh và nhịp độ bận rộn của Bạch Dương có thể mâu thuẫn với nhu cầu an toàn và yên tĩnh của Kim Ngưu.

Kim Ngưu và Kim Ngưu

Cả hai bạn đều rất hạnh phúc và hài lòng khi tận hưởng tổ ấm tình yêu an toàn và ấm cúng của mình. Sự kết hợp này tạo nên một mối quan hệ rất ổn định. Các bạn chỉ cảm thấy thật thư giãn và thoải mái khi ở bên nhau. Nhưng các bạn có hứng thú cùng nhau phát triển mối quan hệ hay không lại là chuyện khác.

Kim Ngưu và Song Tử

Các bạn có những cách tiếp cận tình yêu rất khác nhau. Kim Ngưu coi trọng sự trung thực và nhất quán; Song Tử coi trọng sự đa dạng và thay đổi. Song Tử quá nhanh và dễ thích nghi đến nỗi khiến Kim Ngưu lo lắng, còn Kim Ngưu lại chậm chạp hơn và sẵn sàng hành động theo cách của mình. Nếu sun sign của venus Kim Ngưu là Song Tử và/hoặc sun sign của venus Song Tử là Kim Ngưu thì mối quan hệ sẽ lâu thành công hơn.

Kim Ngưu và Cự Giai

Các bạn rất phù hợp để trở thành những đối tác lãng mạn của nhau. Cả hai bạn đều coi trọng sự ổn định, an toàn, và hôn nhân/gia đình là ưu tiên chung, hàng đầu. Các bạn yêu thích các hoạt động chung như nấu ăn, làm vườn và giải trí tại nhà. Tuy nhiên, sự bướng bỉnh của Kim Ngưu có thể khiến Cự Giai khó chịu, trong khi tính ủ rũ của Cự Giai khiến Kim Ngưu bối rối.

Kim Ngưu và Sư Tử

Các bạn vừa ấm áp, tình cảm vừa thích hôn và âu yếm, cùng với nghệ thuật và cuộc sống tốt đẹp. Sư Tử yêu sự gợi cảm trần tục của Kim Ngưu và Kim Ngưu bị cuốn hút bởi ngọn lửa và niềm đam mê của Sư Tử. các bạn có tiềm năng cho một mối quan hệ lâu dài vì cả hai bạn đều rất chung thủy - và bướng bỉnh - để từ bỏ nhau! Tuy nhiên, tính chiếm hữu (của cả hai bên) có thể là một vấn đề.

Kim Ngưu và Xử Nữ

Cả hai bạn đều ngại ngùng khi thực hiện bước đầu tiên, nhưng nếu các bạn cố gắng đến được với nhau, điều đó có thể dẫn đến một mối quan hệ hợp tác bền vững. Cả hai bạn đều thích các hoạt động thực tế như nấu ăn, làm vườn và tân trang - mặc dù sở thích của Xử Nữ đối với các loại thực phẩm lành mạnh có thể khiến Kim Ngưu cảm thấy bữa ăn có phần đạm bạc!

Kim Ngưu và Thiên Bình

Cả hai bạn đều mong muốn có một lối sống hài hòa và thoải mái, đồng thời chia sẻ cùng những điều tốt đẹp trong cuộc sống – đồ ăn ngon, rượu ngon, hoa, nước hoa, nghệ thuật … và hơn thế nữa đi. Mối quan hệ này tốt đẹp nhất khi tài chính dồi dào, vì cả hai bạn đều không thích hoàn cảnh thiếu thốn.

Kim Ngưu và Bọ Cạp

Có một sức hấp dẫn không thể phủ nhận ở đây (Kim Ngưu và Bọ Cạp là hai thái cực đối lập nhau), nhưng ở đây Kim Ngưu có thể bị mất đi chiều sâu cảm xúc của mình. Bọ Cạp rất sâu sắc và hay nghĩ nhiều (đặc biệt nếu sun sign của họ cũng là Bọ Cạp), và chẳng bao lâu sau, Kim Ngưu sẽ thấy mình đang trên một chuyến tàu lượn siêu tốc đầy cảm xúc khiến Kim Ngưu bối rối và bất an. Đây không phải là một mối tình lãng mạn, an toàn hay dễ dàng, nhưng có lẽ mối quan hệ này khiến Kim Ngưu hứng khởi hơn.

Kim Ngưu và Nhân Mã

Các bạn không có nhiều điểm chung. Nhân Mã thích du lịch và phiêu lưu, còn Kim Ngưu thì thích những bữa ăn ấm cúng được nấu ở nhà bên bếp lửa. Kim Ngưu thấy Nhân Mã quá bốc đồng và bồn chồn, còn Nhân Mã thấy Kim Ngưu quá kiên nhẫn và khó bảo. Sẽ có nhiều cơ hội có được sự kết hợp viên mãn hơn nếu sun sign của Kim Ngưu là Bạch Dương và/hoặc sun sign của Nhân Mã là Ma Kết.

Kim Ngưu và Ma Kết

Sự kết hợp này tạo nên một mối quan hệ vững chắc, lâu bền, bền bỉ nhưng hiếm khi bay cao. Cả hai bạn đều mong muốn được đảm bảo về mặt tài chính và làm việc tốt theo nhóm để đạt được thành công vật chất lâu dài. Bạn cũng thích các hoạt động chung như nghe nhạc; nấu ăn, làm vườn và cải tạo; cộng với việc đi xem hòa nhạc, bảo tàng và đấu giá.

Kim Ngưu và Bảo Bình

Cả hai bạn đều rất kiên quyết đi theo cách của mình và có những ý tưởng chắc chắn về những gì bạn mong đợi từ một sự kết hợp lãng mạn. Kim Ngưu muốn có một mối quan hệ ổn định, thông thường để nâng cao sự an toàn về cá nhân và vật chất. Bảo Bình muốn một mối quan hệ hợp tác tiến bộ nhằm nâng cao sự tự do và cá tính của họ, và cả hai điều này sẽ khó khớp lại với nhau! Để mối quan hệ này có hiệu quả, cả hai bạn cần phải thích nghi và linh hoạt hơn.

Kim Ngưu và Song Ngư

Sự kết hợp này nhẹ nhàng và gợi cảm. Kim Ngưu bị thu hút bởi tâm hồn nhân hậu và lãng mạn của Song Ngư, đồng thời Song Ngư ngưỡng mộ sự ổn định về cảm xúc và khả năng thực tế của Kim Ngưu. Kim Ngưu giúp tạo nền tảng cho Song Ngư và Song Ngư có thể giúp Kim Ngưu tiếp xúc nhiều hơn với cảm xúc của mình. Các bạn có chung tình yêu với hoa, âm nhạc và những bữa tối yên tĩnh dưới ánh nến.

với cảm xúc của mình. Các bạn có chung tình yêu với hoa, âm nhạc và những bữa tối yên tĩnh dưới ánh nến.

Phần 3 Venus Gemini Song Tử.

Trẻ con nhưng đừng coi thường nhé

Nên nhớ: bạn có thể thuộc cung Cự Giải nhưng Venus Tình Yêu lại là Venus Song Tử. Đọc kĩ đầu chương

Song Tử Venus rất giỏi trong việc trò chuyện dí dỏm và sẽ sử dụng khả năng này như một công cụ để thu hút người khác. Họ có thể trò chuyện một cách hiểu biết về nhiều chủ đề khác nhau. Họ vui tươi và có thể hơi thích trêu chọc. Họ thích một mối quan hệ kích thích hơn là một mối quan hệ êm đềm thoải mái. Họ không thích bị ràng buộc và cũng không muốn mối quan hệ của mình diễn ra nhẹ nhàng. Mặc dù họ có thể nói không ngừng về mối quan hệ của mình nhưng họ vẫn có thể bỏ qua những vấn đề sâu sắc hơn.

Venus Song Tử thích sự đa dạng và sở thích của họ thường xuyên thay đổi. Bạn có thể khó theo kịp những gì họ muốn. Nếu bạn đang tán tỉnh một người có Venus Song Tử, bạn cần ủng hộ nhu cầu đa dạng và vui vẻ của họ, cũng như quan tâm đến tâm trí của họ. Họ cũng đánh giá cao những lúc đi chơi với bạn bè mà không có bạn.

Venus Song Tử bẩm sinh rất thích tán tỉnh người khác và họ có cách khiến mọi người nghĩ rằng họ sẽ thấy vui vẻ như thế nào khi biết mình là 1 Venus Song Tử. Họ có thể không phải lúc nào cũng tiết lộ toàn bộ sự thật, nhưng không phải là họ không trung thực. Họ có nhiều khả năng mắc lỗi thiếu sót trong lời nói hơn là nói dối. Ngoài ra, họ có khả năng xem xét tất cả các câu trả lời có thể có cho một câu hỏi và có thể chỉ chọn câu trả lời có vẻ phù hợp vào thời điểm đó. Họ có thể bị coi là không thành thật, nhưng điều này hiếm khi đúng.

Venus Song Tử không đa cảm lắm nhưng họ có thể chế biến ra những câu nói hay. Họ muốn một người nào đó mà họ có thể chia sẻ ý tưởng và có thể tạo dựng mối quan hệ hợp tác thực sự. Đối với một người Venus Song Tử, một cuộc trò chuyện thú vị là hình thức dạo đầu tốt nhất. Nhiều người có thể coi điều này là không quan trọng lắm, nhưng thực ra Venus Song Tử chỉ muốn có một mối quan hệ thú vị. Do bản chất của họ là quan hệ ngoài xã hội, bất kỳ ai muốn yêu Venus Song Tử sẽ phải chia sẻ sở thích trong các cuộc tụ họp xã hội. Họ tò mò về mọi thứ và mọi người. Họ không thích những hành vi thô lỗ và mong muốn những người họ dành thời gian cùng có cách cư xử lịch sự và biết cách duy trì cũng như kết thúc cuộc trò chuyện.

Venus Song Tử có thể sẽ đi du lịch rất nhiều. Họ khá giống trẻ con trong cách tiếp cận tình yêu và rất thích quyến rũ nửa kia. Hãy chuẩn bị sẵn sàng vì họ sẽ phân tích mọi điều nhỏ nhặt trong mối quan hệ.

Là một người bạn, Song Tử Venus rất vui vẻ và tràn đầy sức sống. Họ luôn biết những tin đồn mới nhất và luôn nắm bắt sự kiện sắp diễn ra. Họ thường tự phát và có mạng lưới bạn bè rộng lớn. Nếu bạn muốn có một người bạn thân thì Venus Song Tử không phải là lựa chọn phù hợp.

Họ hấp dẫn vì họ rất tươi sáng và tốt bụng. Họ rất dễ dành thời gian cho các cuộc nói chuyện và biết cách thêm sự hóm hỉnh đó. Họ sử dụng sự hài hước một cách tự nhiên. Nếu yêu một người Venus Song Tử, bạn sẽ cần phải có nhiều kiến thức về nhiều chủ đề để cuộc trò chuyện luôn diễn ra sôi nổi. Bạn sẽ cần phải linh hoạt và tự phát trong các quyết định, đồng thời bạn phải tán thành quan niệm rằng sự đa dạng là gia vị của cuộc sống.

Làm sao chiếm cảm tình của Venus Song Tử.

Venus Song Tử bị thu hút bởi những người có nhiều điều tò mò muốn nói. Venus Song Tử không thích ở cạnh những người cứng nhắc hoặc nói những giáo lý, giáo điều. Họ thích những đối tác gợi ý những cuộc hẹn hò táo bạo, và sự ngẫu hứng sẽ làm tăng thêm thú vị.

Venus Song Tử sẽ cảm thấy ấm cúng với những người yêu thích những ý tưởng mới, một người mà tâm trí họ có thể luôn di chuyển cùng người đó. Họ đánh giá cao một người yêu có nhiều mánh khóe và trò chơi trong phòng ngủ khiến họ hứng thú. Họ thích tán tỉnh và không ngại nói cho ai đó biết cảm giác của mình.

Để làm hài lòng sao Kim Song Tử bạn phải thỏa mãn nhu cầu đa dạng của họ về sự vui vẻ trong cuộc sống. Bạn nên thể hiện sự quan tâm đến trí tuệ và kiến thức của họ, đồng thời cho họ không gian cho bạn bè và các hoạt động bên ngoài mối quan hệ với bạn. Hãy cho họ biết bạn có bao nhiêu niềm vui khi ở bên họ. Đừng khó chịu vì sự thay đổi của Venus Song Tử. Hãy nhớ rằng thời gian dành cho người yêu của bạn sẽ rất thú vị và tràn đầy sinh lực

Venus Song Tử có chung thủy không

Venus Song Tử có thể khó trung thành với một người trong thời gian dài. Họ thích tình yêu vui vẻ và không có trách nhiệm. Song Tử thường có các mối quan hệ kép (đặc biệt nếu Sun sign của họ cũng thuộc cung Song Tử) vì một đối tác thường không đủ để thỏa mãn sự khao khát sự đa dạng của họ. Với Venus Song Tử, chìa khóa để họ yêu và duy trì tình yêu chính là sự kích thích tinh thần. Họ cần một đối tác có thể phù hợp với họ về mặt trí tuệ, liên tục khơi dậy sự tò mò của họ và khiến họ phải suy đoán.

Tuy nhiên, mặc dù Venus Song Tử có thể bồn chồn hoặc muốn có những trải nghiệm mới, nhưng điều đó không có nghĩa là tất cả sao Kim Song Tử đều không đáng tin cậy. Giá trị cá nhân, sự trưởng thành và những lựa chọn cá nhân đóng một vai trò quan trọng trong việc xác định sự chung thủy của một người, bất kể họ cung nào. Venus Song Tử chắc chắn có thể nuôi dưỡng sự chung thủy nếu họ nhận thức được tầm quan trọng của sự cam kết và nỗ lực duy trì nó.

Venus Song Tử thích bay nhảy, ít có trách nhiệm nhưng nếu bắt đầu từ bỏ những cái bên ngoài xã hội để tập trung vào bạn thì khi đó họ đã thật lòng. Bạn có thể tham khảo phụ lục 1 để biết cách giữ chân Song Tử

Lưu ý: nếu bạn đọc về Venus Song Tử mà thấy không đúng hoàn toàn, thì có thể bạn là Venus lai chứ không phải thuần. Đọc kĩ đầu chương.

Sự tương thích của Venus Song Tử và các venus khác khi yêu: cái này mang tính tham khảo

Song Tử và Bạch Dương

Có một sự hấp dẫn lẫn nhau ngay lập tức. Hai bạn có rất nhiều điểm chung: bao gồm sở thích sự sôi động, đa dạng, phiêu lưu và trò chuyện. Nhưng vào thời điểm các vấn đề nảy sinh trong mối quan hệ (như thường lệ), cả hai bạn đều không đủ kiên nhẫn để giải quyết mọi việc và vì vậy có thể từ bỏ.

Song Tử và Kim Ngưu

Các bạn có những cách tiếp cận tình yêu rất khác nhau. Song tử muốn có một mối quan hệ vui vẻ và liên tục thay đổi, trong khi kim ngưu coi trọng sự chung thủy và nhất quán. Kim ngưu thấy khó có thể theo kịp tốc độ điên cuồng của song tử và song tử thấy những sở thích giản dị của kim ngưu thật nhàm chán. Nếu sun sign của venus song tử là Kim Ngưu và/hoặc sun sign của venus kim ngưu là Song Tử thì sẽ có cơ hội thành công sẽ cao hơn.

Song Tử và Song Tử

Mối quan hệ của các bạn là những cuộc tiệc tùng và giao lưu xã hội, đồng thời các bạn chia sẻ nhiều cuộc trò chuyện thú vị và những khoảng thời gian vui vẻ bên nhau. Với sự kết hợp này, chưa chắc các bạn sẽ căng thẳng về mặt cảm xúc nhưng chắc chắn sẽ không cảm thấy nhàm chán.

Song Tử và Cự Giải

Các bạn có nhiều điều để cống hiến cho nhau – song tử giúp khơi dậy đứa trẻ vui tươi trong cự giải và cự giải giúp song tử tiếp xúc nhiều hơn với cảm xúc của mình. Nhưng cự giải có thể thấy nhu cầu vui tươi, giải trí thường xuyên của song tử là nông cạn và song tử có thể cảm thấy bị sa lầy bởi sự phụ thuộc và nhu cầu tình cảm của cự giải. Nếu sun sign của venus song tử là Cự Giải và/hoặc sun sign của venus cự giải là Song Tử, thì mọi thứ có thể tốt đẹp hơn.

Song Tử và Sư Tử

Các bạn tạo nên một mối quan hệ sôi nổi. Cả hai bạn đều thích đi chơi, gặp gỡ mọi người, trò chuyện sôi nổi và vui vẻ. Các bạn cũng rất ủng hộ tài năng của nhau. Tuy nhiên, không phải mọi chuyện đều thuận buồm xuôi gió – song tử thấy sư tử có tính chiếm hữu và bướng bỉnh, trong khi sư tử lại thấy song tử là người hay thay đổi và không nhất quán.

Song Tử và Xử Nữ

Cả hai bạn đều có những mức độ trải nghiệm cao về tinh thần và thích những cuộc trò chuyện, ý tưởng, tranh luận, đọc sách thú vị, v.v. Nhưng các bạn tiếp cận tình yêu rất khác. Xử nữ đang muốn mọi thứ hoàn hảo, trong khi song tử lại quá vội vàng. Xử nữ muốn tiếp tục mối quan hệ cho đến khi nó 'hoàn hảo' nhưng khi có dấu hiệu rắc rối đầu tiên (kết hợp với sự mệt mỏi), song tử sẽ bỏ chạy.

Song Tử và Thiên Bình

Các bạn rất hợp nhau trong tình yêu. Cả hai bạn đều muốn một mối quan hệ có sự hòa hợp, giao tiếp và những khoảng thời gian vui vẻ, ít xung đột và rắc rối về cảm xúc. Tuy nhiên, có thể có những trục trặc nhỏ – song tử muốn thiên bình phiêu lưu hơn và thiên bình ước song tử lãng mạn hơn.

Song Tử và Bọ Cạp

Nhu cầu về mối quan hệ của các bạn rất khác nhau. Phương châm của bọ cạp là "yêu nhau đến cùng", trong khi phương châm của song tử là 'yêu cho đến khi nỗi buồn chán chia lìa chúng ta'. Bọ cạp muốn trao đổi tình cảm sâu sắc và có ý nghĩa, trong khi song tử muốn sự kích thích tinh thần và những khoảng thời gian vui vẻ nhẹ nhàng. Nếu sun sign của venus song tử là Cự

Giải và/hoặc sun sign của venus bọ cạp là Thiên Bình, thì sẽ có nhiều cơ hội tìm được điểm chung hơn.

Song Tử và Nhân Mã

Sự kết hợp này tạo nên mối quan hệ hợp tác đầy năng lượng. Các bạn vừa bồn chồn, vừa dễ buồn chán và có nhiều sở thích đa dạng từ giao tiếp xã hội đến leo núi. Cả hai bạn đều muốn có một mối quan hệ không rắc rối, không có yêu cầu hay cam kết nặng nề. Thường thì các bạn sẽ ở bên nhau trong nhiều năm, mặc dù không có mối quan hệ chính thức nào và cả hai đều không chung thủy trong suốt chặng đường.

Song Tử và Ma Kết

Hai bạn có thể có những mục đích khác nhau trong tình yêu. Song tử khao khát sự đa dạng và thay đổi còn ma kết cần sự an toàn và ổn định; song tử muốn tiệc tùng và ma kết muốn làm việc; song tử thấy ma kết quá nghiêm túc và ma kết nghĩ song tử quá nông cạn… và cứ tiếp tục như vậy. Để mối quan hệ này tồn tại, các bạn sẽ cần rất nhiều sự bao dung và thấu hiểu.

Song Tử và Bảo Bình

Sự kết hợp này tốt và thường dựa trên một tình bạn bền chặt. Các bạn hấp dẫn nhau (song tử ngưỡng mộ sự khó đoán của bảo bình và bảo bình thấy song tử là người hóm hỉnh và thú vị), cả hai bạn đều rơi vào những cuộc tranh cãi tinh thần và những cuộc phiêu lưu tự phát. Mối quan hệ này không quá sâu sắc và ý nghĩa nhưng không bao giờ buồn tẻ.

Song Tử và Song Ngư

Các bạn có những cách tiếp cận tình yêu trái ngược nhau (logic thuần túy và cảm xúc thuần túy), vì vậy mối quan hệ này thường tuân theo một trong hai kịch bản. Các bạn trôi dạt cùng nhau, tình cờ gặp nhau, yêu nhau và hiểu lầm, rồi xa nhau. Hoặc các bạn vẫn ở bên nhau - vẫn chưa bao giờ hoàn toàn hiểu nhau - nhưng cả hai đều đủ khả năng thích nghi để dung hòa những khác biệt.

Phần 4 Venus Cancer Cự Giải.

Không muốn bị từ chối, làm sao đây

Nên nhớ: bạn có thể thuộc cung Xử Nữ nhưng Venus Tình Yêu lại là Venus Cự Giải Đọc kĩ đầu chương

Venus Cự Giải muốn có một mối quan hệ đầy sự cam kết và có thể đoán trước được. Họ nhạy cảm và khao khát sự an toàn, thoải mái và sự yêu thương. Họ thể hiện tình yêu của mình dành cho bạn đời bằng cách chăm sóc nửa kia. Họ chú ý đến cảm xúc của đối tác hơn là lời nói. Họ có thể hơi ủ rũ và có thể bĩu môi hoặc im lặng để thu hút sự chú ý. Họ không thích những sự biện minh và họ không thích những cách đối xử phi nhân tính. Những cuộc chạm trán về mặt cảm xúc không hề khiến họ sợ hãi, nhưng họ thường sợ mình sẽ bị bỏ rơi. Venus Cự Giải có trí nhớ rất lâu, họ khó có thể quên được vết thương. Đôi khi họ sẽ rút lui vào chính mình và rất khó để khiến họ trở lại cởi mở.

Người Venus Cự Giải thích ôm ấp và họ đánh giá cao những cử chỉ tình cảm. Họ gắn bó chặt chẽ với quê hương và gia đình của họ. Bị từ chối là một trong những nỗi sợ hãi lớn nhất của họ và họ có thể thử một số thủ đoạn rất khó chịu để tìm hiểu xem bạn có yêu họ hay không. Họ cần cảm thấy an toàn và được chăm sóc. Khi những nhu cầu này được đáp ứng, họ trở nên kiên nhẫn, yêu thương và đáng tin cậy. Họ luôn đòi hỏi sự chân thành từ đối tác của mình và sẽ làm bạn ngạc nhiên khi họ có thể nhớ rõ từng lời bạn nói hoặc mọi việc bạn làm.

Người Venus Cự Giải rất trực quan và họ dễ dàng đọc được tính cách và cảm xúc của bạn. Họ sẽ quan tâm đến bạn một cách phù hợp nhất. Điều này có thể mang lại cảm giác an ủi hoặc cảm giác đáng sợ, tùy thuộc vào cách đối tác của họ phản ứng với sự quan tâm này. Mặc dù không phải lúc nào họ cũng nhận thức được sự quyến rũ của bản thân nhưng họ có thể rất hấp dẫn đối với người khác giới. Venus Cự Giải bị thu hút bởi những người cần họ và cuối cùng họ có thể đảm bảo rằng những người thân yêu của họ sẽ tiếp tục cần đến họ.

Venus Cự Giải rất nhạy cảm và họ phản ứng theo cảm xúc trước mọi tình huống. Họ có thể dễ dàng bị tổn thương, mặc dù họ có xu hướng che giấu sự tổn thương này đằng sau phẩm giá của mình. Họ là những người biết lắng nghe. Họ có xu hướng thận trọng trong tình yêu vì họ đang cố gắng bảo vệ bản thân.

Là một người bạn, Cự Giải Venus rất giỏi trong việc biến bạn bè thành gia đình thứ hai của mình. Họ thích tạo ra những truyền thống mới và thường rất chu đáo về sinh nhật và lễ kỷ niệm. Họ trung thành và thích giữ liên lạc, bất kể khoảng cách. Họ rất giỏi trong việc nuôi dưỡng tình bạn, mặc dù nếu bị tổn thương về mặt tình cảm, họ có thể khó tin tưởng trở lại. Họ rất dễ gây ấn tượng và cuối cùng có thể nắm bắt được tâm trạng của người mà họ đang dành thời gian cùng.

Venus Cự Giải có tính sáng tạo và có thể thể hiện điều này thông qua nghệ thuật, qua việc chữa lành hoặc qua các mối quan hệ. Họ thích sử dụng sự sáng tạo của mình trong việc hậu thuẫn người khác.

Với venus Cự Giải, tình yêu và gia đình luôn song hành với nhau. Họ yêu thương và trân trọng bạn đời một cách sâu sắc và cảm thấy buộc phải bảo vệ họ khỏi phần còn lại của thế giới. Cự Giải Venus trông giống như một người có trái tim rộng lượng. Điều này rất hấp dẫn đối với người khác. Họ cũng tỏ ra khôn ngoan và luôn lan tỏa sự ấm áp để bao bọc những người xung quanh. Một khi đã tin tưởng ai đó thì họ rất tình cảm.

Nếu muốn chiếm cảm tình của Venus Cự Giải, thì bạn không nên vội vàng. Đừng thể hiện quá trực tiếp với họ. Họ có thể tỏ ra xa cách nhưng thực ra họ đang quan sát mọi việc bạn làm. Họ đánh giá cao nỗ lực của ai đó trong việc chuẩn bị bữa ăn hoặc làm điều gì đó chu đáo. Họ không thích ở cạnh những người đang có những vấn đề bên trong.

Riêng đối với Venus Cự Giải nam, Hãy ở bên anh ấy, cho anh ấy thấy rằng bạn thích anh ấy nhưng hãy để anh ấy tự mình bắt đầu mối quan hệ-và tập trung làm bạn của anh ấy trong thời gian chờ đợi. Venus Cự Giải vẫn rất muốn trở thành người khởi xướng trong các mối quan hệ nhưng thận trọng nhất có thể. Trong khi chờ đợi anh ấy tiến tới, hãy luôn hiện diện nhất quán trong cuộc sống của anh ấy. Dành thời gian riêng để tìm hiểu anh ấy và sở thích của anh ấy để anh ấy có thể dần dần cởi mở với bạn.

Hãy cho anh ấy thấy khía cạnh dễ bị tổn thương và cảm xúc của bạn. Venus Cự Giải nam khao khát sự kết nối cảm xúc trong một mối quan hệ. Anh ấy tìm kiếm một đối tác cởi mở và chân thành bày tỏ hy vọng, nỗi sợ hãi cũng như những bí mật sâu sắc nhất của mình. Bằng cách bày tỏ cảm xúc của mình và thể hiện sự dễ bị tổn thương, bạn đang xây dựng mối liên hệ đó.

Thiết lập cảm giác an toàn với anh chàng Venus Kim Cự Giải trước cả anh ấy! Việc mất cảnh giác trước sẽ khiến anh ấy làm điều tương tự.

Bạn nên ra tín hiệu cho anh ấy bằng những câu như, "Em thực sự cần trút bỏ điều gì đó trong lòng. Chúng ta có thể nói chuyện không?" hoặc "Tôi đang nghĩ đến điều gì đó và tôi thực sự muốn biết suy nghĩ của bạn. anh cho tôi vài phút không?" Khi bạn đã sẵn sàng, hãy thử nói với anh ấy về sai lầm bạn đã mắc phải hoặc một bí mật mà bạn không muốn ai khác ngoài anh ấy biết. Hãy cố gắng chia sẻ cảm xúc của bạn khi chúng xảy ra, thay vì cất giữ chúng.

Hãy ủng hộ và chăm sóc anh ấy. Venus Cự Giải thích chăm sóc người thân, người yêu bao nhiêu thì anh ấy cũng thầm khao khát được đáp lại bấy nhiêu. Anh ấy muốn cảm thấy được hỗ trợ và chăm sóc trong những lúc cần thiết! Hãy biến ngôi nhà thành một nơi an toàn cho anh ấy, cố gắng động viên anh ấy khi anh ấy buồn và thực hiện những cử chỉ chu đáo để cho anh ấy thấy bạn quan tâm đến nhường nào. Ngôi nhà rất quan trọng đối với người sống nội tâm như Venus Cự Giải. Anh ấy cần một nơi tôn nghiêm sẽ khiến anh ấy cảm thấy an toàn và thoải mái. Nếu anh ấy đang có tâm trạng, hãy cố gắng làm anh ấy cười! Khen ngợi anh ấy và duy trì thái độ bình tĩnh, tích cực. Anh ấy sẽ thích việc bạn có thể cho anh ấy thấy

Venus cự giải có chung thủy không.

Venus Cự Giải thường đáng tin cậy và đáng kính trong tình yêu, nhưng nếu họ cảm thấy bị bỏ rơi hoặc không an toàn, họ có thể đi chệch hướng. Khi bị bỏ rơi và không an toàn họ có thể trở nên quá xúc động và bám víu - và đôi khi có hành vi thao túng cảm xúc (emotional blackmail). Nếu bạn đối xử với đàn ông Venus Cự Giải như thể bạn là mẹ họ, họ sẽ chia tay. Đàn ông Venus Cự giải cũng không thích người hướng nội.

Lưu ý: nếu bạn đọc về Venus Cự Giai mà thấy không đúng hoàn toàn, thì có thể bạn là Venus lai chứ không phải thuần. Đọc kĩ đầu chương.

Khi vợ bạn ngoại tình với một người đàn ông, cách hay nhất để trả thù anh ấy là cho luôn vợ bạn cho anh ấy (Sacha Guitry)

Sự tương thích của Venus Cự Giải khi yêu các venus khác: cái này chỉ mang tính tham khảo

Cự giải và Bạch Dương

Sự kết hợp này có thể khó khăn, bởi vì các bạn đang tìm kiếm những thứ khác nhau. Cự giải muốn một mối quan hệ bền vững và đầy sự nuôi dưỡng, còn bạch dương muốn một cuộc tình thú vị, nồng nàn. Điều này có thể dẫn đến tình trạng căng thẳng và đau lòng. Nếu sun sign của venus cự giải là Song Tử hoặc Sư Tử thì sẽ có cơ hội thành công sẽ cao hơn.

Cự giải và Kim Ngưu

Hai bạn rất phù hợp. Cả hai bạn đều coi trọng sự an toàn trong gia đình và tài chính, đồng thời yêu thích các hoạt động chung như nấu ăn, làm vườn và giải trí tại nhà. Nhưng có những vấn đề tiềm ẩn – sự bướng bỉnh của kim ngưu khiến cự giải khó chịu, trong khi tính ủ rũ của cự giải khiến kim ngưu bối rối.

Cự giải và Song Tử

Các bạn có nhiều điều để cống hiến cho nhau – cự giải cho phép song tử tiếp xúc nhiều hơn với cảm xúc của mình và song tử giúp phát huy khía cạnh vui tươi của cự giải. Cả hai bạn cũng đều yêu trẻ con. Nhưng cự giải có thể nhận thấy nhu cầu vui vẻ giải trí thường xuyên của song tử rất nông cạn và song tử cảm thấy bị sa lầy bởi những nhu cầu tình cảm của cự giải. Nếu sun sign của venus cự giải là Song Tử và/hoặc sun sign của venus song tử là Cự Giải, thì mọi chuyện có thể tốt.

Cự giải và Cự Giải

Cả hai bạn đều nhút nhát và kín đáo, nhưng nếu các bạn cố gắng đến được với nhau, các bạn sẽ tạo nên một mối quan hệ nhẹ nhàng và yêu thương. Các bạn yêu thích niềm vui của một ngôi nhà chung, cuộc sống gia đình và khi mọi thứ diễn ra tốt đẹp thì mối quan hệ là hoàn hảo. Nhưng các bạn đều ủ rũ và dễ rơi vào trạng thái buồn bã (hy vọng là không cùng lúc)

Cự giải và Sư Tử

Các bạn đều ấm áp và thể hiện tình cảm của mình cũng như hôn và âu yếm rất nhiều. Cự giải dành nhiều sự quan tâm và chăm sóc yêu thương dịu dàng cho sư tử (điều mà sư tử yêu thích) và sư tử khiến cự giải cảm thấy được trân trọng và được cần đến (điều mà cự giải yêu thích). Chỉ đừng để mối quan hệ rơi vào trạng thái như là sư tử là ông chủ hào phóng và cự giải là người hầu luôn luôn sẵn sàng phục vụ!

Cự giải và Xử Nữ

Cả hai bạn đều ngại ngùng khi thực hiện bước đầu tiên, nhưng - một khi các bạn đã lao vào nhau – các bạn tạo nên mối quan hệ cùng có lợi và hỗ trợ lẫn nhau. Cự giải giúp xử nữ liên hệ với cảm xúc và xử nữ giúp cự giải phân tích cảm xúc của mình. Nhưng những lời chỉ trích 'mang tính xây dựng' có thiện ý của xử nữ có thể khiến cự giải cảm thấy bị tổn thương và bất an.

Cự giải và Thiên Bình

Trong sự kết hợp này, ở một khía cạnh nào đó, các bạn giống nhau. Cả hai bạn đều khao khát có được sự đồng hành thường xuyên, thích xây dựng một ngôi nhà đẹp và là những người chủ nhà hoàn hảo. Các bạn vừa tốt bụng vừa ân cần và thích trao đổi những món quà được lựa chọn cẩn thận. Nhưng các bạn tiếp cận các vấn đề tình cảm rất khác nhau. Thiên bình nói đi nói lại và hợp lý hóa mọi chuyện, trong khi cự giải lại im lặng và hờn dỗi.

Cự giải và Bọ Cạp

Sự kết hợp này tạo nên một mối quan hệ mãnh liệt và đầy cảm xúc với nhiều thăng trầm. Khi mọi việc đang diễn ra suôn sẻ, các bạn là một cặp đôi chung thủy nhiệt huyết nhưng khi mọi thứ không trơn tru, các bạn sẽ phải đối mặt với những cuộc tranh giành quyền lực và những khoảng lặng kéo dài đầy tâm trạng khi hai bạn rút lui khỏi nhau.

Cự giải và Nhân Mã

Có những khác biệt lớn ở đây. Cự giải là người phụ thuộc và có ý thức về sự an toàn trong khi nhân mã độc lập và có ý thức tự do. Trong khi cự giải mơ về một ngôi nhà có hàng rào cọc và hoa hồng, thì nhân mã nhìn ra ngoài cửa sổ và ngân nga 'tiếp tục lên đường…' Nếu cự giải là người nội trợ và nhân mã là nhân viên bán hàng lưu động, mối quan hệ có thể thành công!

Cự giải và Ma Kết

Các bạn hoàn toàn đối lập - và đó lại chính là điểm thu hút. Với sự ân cần nuôi dưỡng, mối quan hệ này có thể giúp cả hai bạn cân bằng. Cự giải giúp ma kết tiếp xúc với cảm xúc của mình và ma kết khuyến khích cự giải tự tin và tự lực hơn. Mặc dù vậy, có thể có một vài va chạm trên đường tình của hai bạn.

Cự giải và Bảo Bình

Mỗi bạn đều yêu cầu những điều khác nhau trong một mối quan hệ. Cự giải cần sự an toàn và cam kết, còn bảo bình muốn tự do và đa dạng. Cự giải dùng cảm xúc và bảo bình dùng lý trí, điều này có thể dẫn đến các vấn đề trong giao tiếp. Nếu sun sign của venus cự giải là Song Tử và/hoặc sun sign của bảo bình là Song Ngư thì cơ hội thành công sẽ cao hơn.

Cự giải và Song Ngư

Đây là một cặp đôi dịu dàng, đa cảm. Những bữa tối dưới ánh nến, những bức thư tình, những bộ phim lãng mạn – càng ủy mị và đa cảm thì càng tốt. Cả hai bạn đều có mức độ cảm xúc cao và nhạy cảm với tâm trạng của nhau. Đôi khi cự giải có thể thấy song ngư không đáng tin cậy và song ngư có thể thấy cự giải cứ như đang cố gắng bảo vệ chính mình quá mức, nhưng sự kết hợp này thường tốt.

Phần 5 Venus Leo Sư Tử.

Chung thủy nhưng vẫn muốn nhiều người để ý

Nên nhớ: bạn có thể thuộc cung Thiên Bình nhưng Venus Tình Yêu lại là Venus Sư Tử. Đọc kĩ đầu chương

Sư Tử Venus thích khoe khoang về tình yêu của họ. Họ có thể đòi hỏi cao ở bạn đời vì họ thích được tán tỉnh và có nhu cầu cảm thấy mình đặc biệt. Ấm áp và hào phóng, Venus Sư Tử rất chung thủy, mặc dù họ vẫn thích sự chú ý từ người khác giới. Họ sẽ nói với nửa kia của mình về tất cả những lời tán tỉnh… họ muốn khoe khoang về điều đó!

Có thể nửa kia sẽ có những lời tán tỉnh không hay nhưng vô hại. Tuy nhiên, hãy coi chừng! Leo Venus có thể không hài lòng về điều đó.

Sư Tử Venus đặt kỳ vọng cao vào nửa kia của mình, miễn là họ thấy rằng bạn luôn luôn chú ý đến họ. Nếu họ cảm thấy mối quan hệ bắt đầu nhàm chán hoặc quá ổn định, họ có thể cảm thấy bị đe dọa. Bị đối xử thờ ơ hoặc thiếu tình cảm cũng khiến họ cảm thấy bất an.

Mặc dù tình dục rất quan trọng đối với người Venus Sư Tử nhưng cảm giác được yêu thương thậm chí còn quan trọng hơn thế. Và họ gặp khó khăn trong việc tách biệt hai điều này. Họ cần biết họ tuyệt vời như thế nào trong mắt nửa kia. Nếu bạn tôn trọng và đánh giá cao họ, họ sẽ không bao giờ mất hứng thú với bạn. Thỉnh thoảng bạn có thể cũng nên đưa ra cho họ những lời nhắc nhở nhỏ rằng cảm xúc của bạn cũng quan trọng. Nếu bạn đang ghen khi người khác phái đến gần Venus Sư Tử, cứ thẳng thắng nói cho họ biết. Điều này khẳng định rằng bạn cảm thấy Venus Sư Tử rất quan trọng. Họ say mê giai đoạn đầu của tình yêu khi hai người không thể có đủ nhau và muốn nó kéo dài mãi mãi.

Venus Sư Tử rất tình cảm và đáng yêu. Họ có thể bám víu vào một mối quan hệ lâu hơn mức cần thiết vì họ đã đầu tư cái tôi của mình vào đó. Họ sinh ra đã lãng mạn và thích thể hiện cảm xúc của mình. Nếu họ không tự tin vào tình yêu của mình thì họ rất giỏi giả tạo. Họ thích được đối xử như nhà quý tộc trong một buổi hẹn hò.

Trong tình bạn, Leo Venus bị thu hút bởi những người chứa đầy màu sắc. Họ không cảm thấy hứng thú nhiều với những người có vẻ ngoài buồn tẻ hoặc thiếu sức sống. Họ thường kết bạn với những người rộng lượng, những người luôn cổ vũ bạn bè trong mọi tiến bước trong cuộc sống. Họ thích lên kế hoạch cho những lễ kỷ niệm phức tạp và thích trẻ con.

Leo Venus là một nghệ sĩ biểu diễn tuyệt vời nhưng họ cũng làm rất tốt ở khâu hậu trường. Họ thích được chú ý và không thích bị cô lập. Lòng dũng cảm của họ cho phép họ chịu trách nhiệm và tỏa sáng trong các lĩnh vực. Họ có trí tưởng tượng tuyệt vời. Họ khao khát rằng cuộc sống luôn đảm bảo vui vẻ, lãng mạn và phấn khích. Họ thích sống xa hoa và đòi hỏi sự chú ý. Họ có tính cách vui vẻ, hướng ngoại nên thu hút được nhiều bạn bè, người quen và người yêu. Họ không quá quan tâm đến việc người khác nghĩ gì về mình. Họ rất dễ tha thứ. Họ có xu hướng lắng nghe trái tim mình và không lo lắng khi hạ thấp bản thân để nhường đất diễn cho người khác.

Nếu bạn bị thu hút bởi Venus Sư Tử, bạn phải hiểu được rằng họ thích thể hiện và trở thành trung tâm của sự chú ý. Cho họ thấy rằng họ hấp dẫn và được đánh giá cao. Hãy chu đáo và thể hiện càng nhiều sự quan tâm của bạn đến họ thông qua cử chỉ của bạn. Họ thích hòa đồng và hòa mình vào đám đông, vì vậy hãy chuẩn bị sẵn sàng để dành thời gian đi chơi xa chứ không phải ngồi ở nhà.

Làm sao chiếm cảm tình Venus Sử Tử

Hãy đối xử với Venus Sư Tử của bạn như người quan trọng nhất với bạn.

Không có gì khiến Leo rên rỉ bằng việc được người yêu của họ chiều chuộng hoàn toàn. Hãy thể hiện tình cảm với Sư Tử của bạn ở nơi riêng tư và công cộng, ủng hộ ước mơ và tham vọng của họ, đồng thời dành cho họ sự quan tâm trọn vẹn. Luôn đối xử với Leo như thể họ là người quan trọng nhất. Ngay cả trong các nhóm, việc cho Venus Sư Tử của bạn có thời gian tỏa sáng là rất điều quan trọng!

Hãy dành cho họ thật nhiều lời khen ngợi để xoa dịu cái tôi to lớn của họ. Những lời khen ngợi giống như nguồn năng lượng cho sao Kim ở Sư Tử; cung này cần biết người khác ngưỡng mộ họ đến mức nào, đặc biệt là người họ yêu thương. Mặc dù bề ngoài họ có vẻ tự tin nhưng Venus Sư Tử dựa vào những lời khẳng định để thể hiện lòng tự trọng của họ.

Hãy thể hiện sự tự tin và táo bạo của mình để thu hút Venus Sư Tử. Hãy tự tin tiếp cận Venus Sư Tử và cho họ thấy bạn có ý chí mạnh mẽ như thế nào. Khi họ tìm được một đối tác đủ bản lĩnh để theo kịp mình, venus Sư Tử chắc chắn sẽ bị mê hoặc. Tìm cách cải thiện sự tự tin của bạn. Hãy tích cực và nhiệt tình khi ở bên Sư Tử của bạn. Họ thích bao quanh mình những điều tích cực và cảm giác tự tin, lạnh lùng của bạn chắc chắn sẽ thu hút sự chú ý của họ.

Venus Sư Tử có chung thủy không.

Với Venus Sư Tử, miễn là nửa kia mang lại nhiều hứng thú và sự chú ý trọn vẹn, thì họ vô cùng chung thủy trong tình yêu. Các vấn đề bắt đầu xảy ra khi kịch tính thú vị không còn hoặc nửa kia trở nên mệt mỏi vì họ luôn đòi hỏi những sự đáp lại liên tục trong một mối quan hệ. Họ không chấp nhận những lời chỉ trích. Một khi nửa kia của họ có dấu hiệu phớt lờ họ, họ sẽ bị đuổi ra khỏi cửa một cách thô bạo và không bao giờ quay lại.
Lưu ý: nếu bạn đọc về Venus Sư Tử mà thấy không đúng hoàn toàn, thì có thể bạn là Venus lai chứ không phải thuần. Đọc kĩ đầu chương.

Khi vợ bạn ngoại tình với một người đàn ông, cách hay nhất để trả thù anh ấy là cho luôn vợ bạn cho anh ấy (Sacha Guitry)

Sự tương thích của Venus Sư Tử và các venus khác khi yêu: cái này chỉ mang tính tham khảo

Sư Tử và Bạch Dương

Đây là sự kết hợp rực lửa. Các bạn thấy nhau hấp dẫn không thể cưỡng lại được và khi ở bên nhau, những lời khen ngợi tuôn trào dày đặc và nhanh chóng. Nhưng tính ích kỷ (tiềm ẩn) của bạch dương và tính ích kỷ (tiềm năng) của sư tử có thể khiến mối quan hệ gặp khó khăn phát triển sau giai đoạn mê đắm ban đầu.

Sư Tử và Kim Ngưu

Hai bạn đều ấm áp và tình cảm, thích hôn và âu yếm nhiều, cùng với nghệ thuật và cuộc sống tốt đẹp. Sư tử yêu sự gợi cảm trần tục của kim ngưu, và kim ngưu bị thu hút bởi ngọn lửa và niềm đam mê của sư tử. Đây có thể tạo ra một mối quan hệ lâu dài vì cả hai bạn đều rất chung thủy – và tỏ ra bướng bỉnh không muốn từ bỏ mối quan hệ này! Tuy nhiên, tính chiếm hữu (của cả hai bên) có thể là một vấn đề.

Sư Tử và Song Tử

Các bạn tạo nên một mối quan hệ sống động. Cả hai bạn đều thích đi chơi, gặp gỡ mọi người, trò chuyện sôi nổi và vui vẻ. Các bạn cũng rất ủng hộ tài năng của nhau. Tuy nhiên, mọi chuyện không hề suôn sẻ. Song tử xem sư tử là người có tính chiếm hữu và bướng bỉnh, còn sư tử thấy song tử hay thay đổi một cách điên cuồng và thiếu nhất quán.

Sư Tử và Cự Giải

Các bạn vừa ấm áp vừa thể hiện tình cảm của mình. Cự giải chiều chuộng sư tử (điều mà sư tử yêu thích) và sư tử khiến cự giải cảm thấy được trân trọng và cần đến (điều mà cự giải yêu thích). Chỉ cần mối quan hệ không rơi vào trạng thái mà sư tử đóng vai người chủ hào phóng còn cự giải giống như người hầu luôn sẵn sàng phục vụ là được!

Sư Tử và Sư Tử

Mối quan hệ này sẽ nâng cao cái tôi của các bạn khi các bạn dành nhiều lời khen ngợi và tình cảm cho nhau. Tuy nhiên, có một cảnh báo - hai người đều là sư tử. Các bạn đắm mình trong ánh hào quang phản chiếu của nhau, nhưng nếu một trong hai người cố gắng vượt lên trên người kia, hãy coi chừng những cơn giận dữ và nước mắt.

Sư Tử và Xử Nữ

Hai bạn đều tìm kiếm một mối quan hệ ổn định và (miễn là sư tử là người dẫn dắt) mọi thứ sẽ diễn ra suôn sẻ. Tính khí trái ngược của các bạn có thể ổn khi ở nhà, nhưng sự hồ hởi và những trò hề nhằm thu hút sự chú ý của sư tử có thể khiến xử nữ xấu hổ ở nơi công cộng. Các bạn có thái độ khác với tiền bạc – sư tử phóng thoáng trong khi xử nữ lại tiết kiệm.

Sư Tử và Thiên Bình

Các bạn tạo nên một mối quan hệ khoái lạc tuyệt vời. Cả hai bạn đều yêu thích sự sang trọng, giao tiếp xã hội, nghệ thuật và những cuộc tán tỉnh lãng mạn. Sư tử ngưỡng mộ sự quyến rũ và gu thẩm mỹ tốt của thiên bình, còn thiên bình bị thu hút bởi tinh thần ấm áp và hào phóng của sư tử. Sư tử sẽ không đạt đến mức độ trao đổi cảm xúc sâu sắc, nhưng thiên bình giúp cân bằng tính cách vượt trội của sư tử và sư tử tạo thêm cảm giác bốc lửa cho tính cách của thiên bình.

Sư Tử và Bọ Cạp

Sự kết hợp này có có thể kéo dài lâu, đặc biệt nếu sun sign của venus sư tử là Cự Giải và/hoặc sun sign của venus bọ cạp là Nhân Mã. Cả hai bạn đều chung thủy, đam mê và hết lòng với mối quan hệ, đồng thời mối quan hệ phát triển mạnh mẽ sau những cuộc chia tay đầy kịch tính và những cuộc đoàn tụ đầy nước mắt. Nhưng sự ghen tuông và tính chiếm hữu (của cả hai bên) có thể hủy hoại một mối quan hệ hợp tác vốn rất phù hợp.

Sư Tử và Nhân Mã

Lúc đầu, sự kết hợp này có vẻ lý tưởng. Thân thiện, hướng ngoại và nhiệt tình, cả hai bạn đều đang tìm kiếm một mối quan hệ sáng tạo và vui vẻ. Tuy nhiên, khi mọi thứ tiến triển, những vấn đề nhỏ sẽ nảy sinh. Cả hai bạn đều phóng thoáng (thậm chí lãng phí) tiền bạc và sư tử muốn có sự cam kết trong khi nhân mã lại muốn để ngỏ các lựa chọn của mình.

Sư Tử và Ma Kết

Đây là một cặp đôi sành điệu (kiêu hãnh, đầy tham vọng và chung thủy) và
toát lên sự thành công cũng như sự tự tin, nhưng ai cũng muốn là người
dẫn dắt trong mối quan hệ này. Cả hai bạn không thể lúc nào cũng làm ông
chủ được. Các bạn cần học cách thỏa hiệp nhẹ nhàng để duy trì mối quan hệ.

Sư Tử và Bảo Bình

Các bạn rất khác nhau (Sư Tử và Bảo Bình là hai thái cực đối lập nhau)
nhưng có nhiều điều để cống hiến cho nhau. Sư tử thấy bảo bình là người
khơi dậy sự kết nối (về mặt trí tuệ và xã hội), đồng thời bảo bình yêu thích
bản tính trung thành và hào phóng của sư tử. Nhưng sư tử muốn trở thành
ông chủ trong khi bảo bình muốn có một mối quan hệ hợp tác bình đẳng, và
tính chiếm hữu của sư tử có thể hạn chế phong cách phóng túng của bảo
bình.

Sư Tử và Song Ngư

Các bạn tạo nên một mối quan hệ hợp tác rất sáng tạo và thường thấy giữa
các diễn viên, nghệ sĩ, nhà văn và nhạc sĩ. Cả hai bạn đều là những người lý
tưởng trong tình yêu và có xu hướng có những tuyên bố lãng mạn cũng như
những cử chỉ ngông cuồng. sư tử giúp mang lại cho song ngư sự tự tin và
định hướng, trong khi song ngư không ngừng gây ngạc nhiên và truyền cảm
hứng cho sư tử.

Phần 6 Venus Virgo Xử Nữ.

Nhu cầu của nửa kia, làm sao đáp ứng hết

Nên nhớ: bạn có thể thuộc cung Thiên Bình nhưng Venus Tình Yêu lại là Venus Xử Nữ. Đọc kĩ đầu chương

Xử Nữ Venus không phải là loại người thích sự ve vãng, tán tỉnh. Họ sẵn sàng nỗ lực cải thiện các mối quan hệ của mình và cống hiến hết mình để khiến mối quan hệ đó vận hành. Họ không muốn phô trương hay gây ấn tượng với bất cứ ai. Mặc dù họ không tặng cho nửa kia của mình những món quà sặc sỡ nhưng họ rất hào phóng khi cho đi những món quà thể hiện sự tận tâm.

Venus Xử Nữ sẽ lặng lẽ tiến vào trái tim bạn. Họ nhạy cảm, dù có chút bất an, và nhiều người nhận thấy người cô độc và dè dặt này là rất hấp dẫn. Họ thường đòi hỏi sự an toàn và họ phải biết rằng bạn thích họ trước khi họ thực hiện hành động nhỏ nhất. Họ là những người biết lắng nghe và dành thời gian quan sát thói quen cũng như phản ứng của bạn để có cái nhìn sâu sắc nhất về tính cách của bạn. Giống như một đứa trẻ nhỏ muốn thể hiện sự yêu thương, sự quan tâm của họ có thể gây phiền toái cho người khác. Khi họ chỉ trích bạn, họ không hề muốn làm tổn thương bạn; tuy nhiên… họ đang cố gắng giúp đỡ bạn! Họ không thích những người khoe khoang hoặc những người tỏ ra biết tất cả.

Muốn làm cho Venus Xử Nữ vui vẻ, hãy cho họ thấy bạn đánh giá cao tất cả những điều nhỏ nhặt mà họ làm cho bạn. Họ sẽ làm rất nhiều điều cho đối tác của mình theo những cách nhỏ nhặt, lặng lẽ mà không phải lúc nào cũng được chú ý. Thỉnh thoảng họ có thể cần một chút không gian. Đừng tỏ ra hống hách hay hời hợt với Venus Xử Nữ. Xử Nữ Venus thực sự không quá khó để được làm hài lòng miễn là những điều cơ bản này được giải quyết. Đừng ép họ phải gặp mọi người bạn của bạn quá nhanh. Họ nhút nhát và không thực sự thích chốn đông người. Hãy cho họ biết họ có giá trị như thế nào đối với bạn… điều này có ý nghĩa rất lớn đối với họ. Họ thực sự chú ý đến nhu cầu của bạn, vì vậy bằng cách thể hiện sự đánh giá cao của bạn, bạn đang đáp ứng được nhu cầu trong lòng họ.

Venus Xử Nữ không dễ dàng nhảy vào các mối quan hệ. Họ dành thời gian để biến mình thành một phần quan trọng trong cuộc sống của đối phương. Thay vì bộc lộ tất cả tình cảm trong sự lãng mạn, họ có xu hướng sống khép kín và rất chọn lọc. Đôi khi họ có thể hay chỉ trích, nhưng bạn có thể thoải mái khi biết rằng đây là dấu hiệu cho thấy họ đã chọn bạn. Họ không thích những người có thói quen mà họ không thích và họ đánh giá cao những người đúng giờ.

Venus Xử Nữ chú ý đến điều thực tế nhất của mối quan hệ, những điều mà bạn có thể ít bận tâm . Hầu hết những điều này không mấy đáng chú ý hoặc lãng mạn.Venus Xử Nữ không lãng mạn lắm và không cũng cần nhiều thứ để làm hài lòng họ.

Trong tình bạn, Xử Nữ Venus muốn được cảm thấy mình có ích. Tuy nhiên, khi cảm thấy bị lợi dụng, Venus xử nữ sẽ không đánh giá cao bạn. Họ trầm tính, có óc phân tích và rất kén chọn bạn bè.

Venus Xử Nữ thể hiện là một người có tính chính trực cao. Họ không chơi những trò chơi tình ái hay đấu trí với bạn bè .Tính cách cô độc của họ khiến một số người tò mò. Họ có một chút bí ẩn về bản thân và họ bảo vệ quyền riêng tư của mình. Họ rất đáng tin cậy, dù có hơi xa cách.

Venus Xử Nữ có chung thủy không. Venus Xử Nữ bận rộn phân tích nửa kia của mình, cân nhắc những ưu và nhược điểm của mối quan hệ và nghĩ ra những cách mới cải thiện nó, đến mức họ có thể quên mất việc thư giãn và tận hưởng mối tình này. Họ không thể nghỉ ngơi cho đến khi mọi điểm không hoàn hảo được sửa chữa, vì 'mối quan hệ hoàn hảo' là rất quan trọng đối với họ. Venus Xử Nữ chia thành hai nhóm: Nhóm một: họ cố gắng cải thiện nửa kia của mình, giải quyết những gì còn lại và cuối cùng trở nên cự kì chung thủy và đáng tin cậy. Nhóm hai: họ rời bỏ người bạn đời kém hoàn hảo của mình và tiếp tục … tìm kiếm sự hoàn hảo ở người khác.

Nếu họ cảm thấy nửa kia của mình không dành thời gian và công sức cần thiết cho mối quan hệ, họ sẽ rời đi mà không hối tiếc và tìm kiếm sự cam kết đó ở người khác

Khi vợ bạn ngoại tình với một người đàn ông, cách hay nhất để trả thù anh ấy là cho luôn vợ bạn cho anh ấy (Sacha Guitry)

Nếu bạn muốn chiếm cảm tình của Venus Xử Nữ, hãy chú ý đến những gì họ làm cho bạn và thể hiện sự đánh giá cao của bạn. Bạn nên ăn mặc đẹp và luôn cư xử lịch sự. Bạn có thể tham khảo phụ lục 1 để biết cách tiếp cận Xử Nữ.

Khi Venus Xử Nữ thích bạn, lúc đầu họ có vẻ ngại ngùng. Họ rất điềm tĩnh, cẩn thận và thận trọng. Do đó họ thường trở nên ngại ngùng khi gặp những người họ thích. Họ có thể trò chuyện trong một nhóm người nhưng sau đó lại im lặng khi ở bên bạn. Nếu họ có vẻ ngại ngùng thì đó không phải là dấu hiệu của sự không quan tâm mà ngược lại, đó là dấu hiệu họ rất thích bạn và muốn tạo ấn tượng tốt nhưng vẫn chưa thấy thoải mái. Khi Venus Xử Nữ tán tỉnh, họ rất tinh tế. Bạn cũng có thể nhận thấy họ đang nhìn bạn (nhưng có thể nhanh chóng nhìn đi chỗ khác khi bạn bắt gặp họ) và hơi bồn chồn khi bạn ở gần.

Venus Xử Nữ muốn đi chậm và đảm bảo cảm xúc của họ là thật. Vì vậy, nếu họ đang cố gắng nói chuyện với bạn thường xuyên hơn thì có nghĩa là họ thực sự quan tâm. Họ có thể bắt đầu bằng việc gửi tin nhắn cho bạn chỗ này chỗ kia, tăng dần cho đến khi bạn nhận được tin nhắn mỗi ngày. Họ cũng có thể bắt đầu thích các bài đăng trên mạng xã hội của bạn. Đây có thể là một Venus lạnh lùng và họ sẽ mất thời gian để làm ấm lại. Hãy kiên nhẫn và bạn sẽ gần gũi hơn bao giờ hết! Để bắt đầu mọi việc một cách chậm rãi, hãy đáp lại sự quan tâm của Venus Xử Nữ bằng cách bình luận trên một vài bài đăng trên mạng xã hội của họ. Nếu họ thích bạn, họ sẽ nhanh chóng viết trả lời.

Khi Venus này phải lòng, họ muốn biết con người thật của bạn. Nếu Venus Xử Nữ hỏi bạn nhiều câu hỏi sâu sắc, điều đó có nghĩa là họ thích bạn! Họ sẽ hỏi bạn về cuộc sống, quá khứ, gia đình, mục tiêu, sở thích, điều không thích, v.v. Sao Kim ở Xử Nữ khi có người yêu sẽ chú ý đến những chi tiết nhỏ của bạn và nhớ mọi điều bạn nói.

Venus này thường có lịch trình chặt chẽ nhưng sẽ linh hoạt đối với người yêu. Venus Xử Nữ là người sống nội tâm và thường là một người nghiện công việc, vì vậy bạn biết họ thích bạn khi họ cố gắng gặp bạn. Họ sẽ bắt đầu đến thường xuyên hoặc mời bạn đi chơi một cách tự nhiên. Họ thậm chí có thể tìm cách để gặp bạn nhiều hơn. Theo thời gian, các cuộc gọi và chuyến thăm của họ sẽ không còn tự phát nữa. Bạn sẽ biết họ có cảm tình sâu sắc với bạn khi bạn sẽ nằm trong lịch trình của họ.

Họ muốn giải quyết vấn đề của bạn. Venus Xử Nữ là người thực tế, muốn giải quyết vấn đề và thích giúp đỡ. Hành động theo kiểu phục vụ này là ngôn ngữ yêu thương của họ. Venus Xử Nữ sẽ bỏ qua mọi thứ chỉ để giúp đỡ bạn! Bạn có thể nhận thấy venus Xử Nữ cũng đưa ra lời đề nghị giúp đỡ để dành nhiều thời gian hơn cho bạn. Đây là cách họ hiện diện thường xuyên trong cuộc sống của bạn. Họ hy vọng bạn sẽ thấy sự hiện diện của họ là có giá trị.

Venus này sẽ dành cho bạn những món quà tình cảm, không phải những món quà hào nhoáng và đắt tiền. Khi sao Kim ở Xử Nữ thích bạn, họ sẽ chọn những món quà phản ánh mức độ hiểu biết của họ về bạn. Đối với họ, món quà lý tưởng sẽ là thứ mà bạn từng đề cập đến hoặc một món đồ hoài niệm mà bạn đã kể cho họ nghe về thời thơ ấu.

Họ chấp nhận những sai sót của bạn. Nếu bạn đã dành thời gian với Venus Xử Nữ và chưa nghe thấy một lời phàn nàn hay chỉ trích nào, thì đó là dấu hiệu chắc chắn rằng họ đang yêu bạn! Khi dấu hiệu này thích ai đó, những điều nhỏ nhặt mà họ thường quan tâm. Họ thậm chí có thể bắt đầu khen ngợi bạn - điều mà họ ít khi làm với người khác. Nếu Venus Xử Nữ của bạn thỉnh thoảng đưa ra những lời chỉ trích nhỏ, hãy nhớ rằng họ muốn giúp đỡ bạn.

Venus Xử Nữ cứng rắn chỉ thư giãn khi ở bên những người họ thích. Cuối cùng, thái độ nhút nhát ban đầu sẽ tan biến. Bạn sẽ nhận thấy họ tỏ ra tự tin hơn, thoải mái hơn khi ở bên bạn và pha trò rất nhiều để thể hiện khiếu hài hước thông minh của mình.

Venus này chia sẻ nhiều cảm xúc hơn khi tình cảm của họ ngày càng lớn. Venus Xử Nữ là người cầu toàn và muốn được phần còn lại của thế giới coi là hoàn hảo. Tuy nhiên, khi họ thích bạn, họ cảm thấy thoải mái khi cho bạn biết mọi khía cạnh cảm xúc của họ-dễ chịu và khó chịu. Venus Xử Nữ đang lôi kéo bạn vào tình cảm của họ khi họ cởi mở với bạn về những hy vọng, ước mơ và nỗi sợ hãi của họ. Hãy lắng nghe, hãy ủng hộ và đảm bảo rằng bạn không khiến họ cảm thấy bị phán xét. Càng nhận được nhiều sự hỗ trợ, họ sẽ càng yêu quý bạn hơn.

Khi họ thích bạn, Venus Xử Nữ sẽ chỉ để mắt đến bạn. Venus này không thích đùa giỡn trong sự lãng mạn và muốn bạn biết rằng họ thực sự nghiêm túc. Họ sẽ luôn nói về những gì họ cho là có ý nghĩa xung quanh bạn và họ sẽ có mặt bất cứ khi nào bạn cần. Họ cũng có thể bắt đầu tán tỉnh và dành hành vi đó chỉ cho bạn để chứng minh rằng bạn là đối tượng lãng mạn duy nhất trong cuộc đời họ.

Họ nói về tương lai. Venus này chỉ gắn bó khi họ nhìn thấy tiềm năng lâu dài ở bạn. Họ đang tìm kiếm một đối tác và họ sẽ dành sức lực để thu hút bạn nếu họ thấy bạn chia sẻ những giá trị của họ. Nếu Venus Xử Nữ bắt đầu nói về những gì bạn có thể làm cùng nhau trong nhiều tháng hoặc thậm chí nhiều năm kể từ bây giờ, thì họ thích bạn và muốn bạn gắn bó lâu dài.

Lưu ý: nếu bạn đọc về Venus Xử Nữ mà thấy không đúng hoàn toàn, thì có thể bạn là Venus lai chứ không phải thuần. Đọc kĩ đầu chương.

Sự tương hợp giữa Venus Xử Nữ và các venus khác khi yêu: cái này chỉ mang tính tham khảo

Xử Nữ và Bạch Dương

Xử Nữ khiêm tốn và dè dặt tinh tế có sức hấp dẫn vô cùng (và xa lạ!) đối với Bạch Dương. Các bạn có chung niềm yêu thích tập thể dục và những hoạt động hướng ngoại, nhưng niềm đam mê phiêu lưu và mạo hiểm của bạch dương khiến xử nữ sợ hãi, trong khi tính cầu toàn và sự chú ý đến từng chi tiết của xử nữ có thể khiến bạch dương bỏ đi.

Xử Nữ và Kim Ngưu

Các bạn tạo nên một sự kết hợp bền chặt, nhưng cả hai bạn đều ngại thực hiện bước đi đầu tiên nên mối quan hệ phải mất một thời gian để tiến triển. Cả hai bạn đều thích các hoạt động thực tế như nấu ăn, làm vườn và tân trang. Tuy nhiên, có thể có một số bất đồng trong nhà bếp – xử nữ rất quan tâm đến món ăn lành mạnh trong khi kim ngưu lại thích những món ăn ngọt, đậm đà.

Xữ Nữ và Song Tử

Các bạn có nhiều điểm chung về tinh thần : thích trò chuyện, ý tưởng, tranh luận, đọc sách, v.v. Nhưng các bạn tiếp cận tình yêu rất khác. Xử nữ cần mức hoàn hảo trong khi song tử lại quá vội vàng. Xử nữ muốn tiếp tục mối quan hệ cho đến khi nó 'hoàn hảo' nhưng khi có dấu hiệu rắc rối đầu tiên (và quá mệt mỏi), song tử sẽ bỏ đi.

Xữ Nữ và Cự Giải

Các bạn tạo nên mối quan hệ hợp tác cùng có lợi và hỗ trợ lẫn nhau. Xử nữ giúp cự giải phân tích cảm xúc mình còn cự giải giúp xử nữ tiếp xúc nhiều hơn với cảm xúc của mình. Tuy nhiên – hãy hết sức cẩn thận với những cảm xúc nhạy cảm của cự giải. cự giải không phản ứng tích cực trước bất kỳ hình thức chỉ trích nào (dù có chủ ý tốt đến đâu), và chỉ một lời nói gay gắt dù là nhỏ nhất cũng có thể khiến cự giải im lặng trong nhiều ngày.

Xữ Nữ và Sư Tử

Hai bạn đều tìm kiếm một mối quan hệ ổn định và (miễn là xử nữ để sư tử nghĩ sư tử là ông chủ) thì mọi việc sẽ diễn ra suôn sẻ. Tính khí trái ngược của các bạn có thể tốt ở nhà, tuy nhiên sự hồ hởi và những trò hề nhằm thu hút sự chú ý của sư tử có thể khiến xử nữ xấu hổ ở nơi công cộng. Các bạn có thái độ khác nhau đối với tiền bạc – bạn tiết kiệm trong khi sư tử lại phóng thoáng.

Xữ Nữ và Xử Nữ

Cả hai bạn đều thận trọng khi yêu và ngần ngại cam kết trừ khi các bạn tin rằng có cơ sở hợp lý để chuyện tình này có kết quả. Cuối cùng, khi hai bạn đến được với nhau (sau nhiều suy nghĩ và cân nhắc), cả hai đều dành rất nhiều thời gian và công sức để cải thiện mối quan hệ. Tuy nhiên nhớ rằng chỉ làm mà không tận hưởng sẽ khiến mối quan hệ trở nên nhàm chán!

Xử Nữ và Thiên Bình

Các bạn tìm kiếm mối quan hệ 'hoàn hảo' và đặt kỳ vọng cao vào đối tác của mình. Các bạn có thể chỉ trích những lỗi lầm của nhau – xử nữ phàn nàn rằng thiên bình phù phiếm và buông thả, còn thiên bình cho rằng xử nữ quá nhạy cảm và keo kiệt. Mối quan hệ này hiệu quả nhất khi sun sign của venus xử nữ là Thiên Bình và/hoặc sun sign của venus thiên bình là Xử Nữ.

Xử Nữ và Bọ Cạp

Các bạn tạo nên sự kết hợp ổn định và hỗ trợ lẫn nhau (đặc biệt nếu sun sign của venus xử nữ là Bọ Cạp và/hoặc sun sign của venus bọ cạp là Xử Nữ). Cả hai bạn đều rất coi trọng mối quan hệ, coi trọng sự riêng tư và rất thận trọng. Nhưng bọ cạp có thể thấy xử nữ quá suy xét và thận trọng. Trong khi xử nữ cảm thấy lo lắng khi nhìn vào sự ám ảnh của bọ cạp về những mặt tối và khó khăn trong cuộc sống.

Xử Nữ và Nhân Mã

Các bạn có chung mối quan hệ tinh thần và sự bồn chồn khi mà cả hai luôn bận rộn và học hỏi, với nhiều dự án đang thực hiện cùng một lúc. Nhưng các bạn có thể phù hợp với tư cách là bạn bè hơn là người yêu, bởi vì xử nữ muốn có thêm sự ổn định và cam kết hơn từ nhân mã.

Xử Nữ và Ma Kết

Các bạn cảm thấy rất thoải mái với nhau và có chung nhu cầu về sự đảm bảo vật chất. Cả hai bạn đều đang tìm kiếm một mối quan hệ lâu dài và có nhiều điểm chung, nhưng các bạn có thể khiến nhau thêm lo lắng khi nghiện công việc, không có thời gian để vui chơi cùng nhau. Các bạn nên ưu tiên khám phá những sở thích chung như tập thể dục, làm vườn và đọc sách.

Xữ Nữ và Bảo Bình

Không có nhiều điểm chung để giữ hai bạn lại với nhau, vì vậy việc ghép đôi
này thường là trường hợp 'hôm nay ở đây, ngày mai đi'. Bảo bình quá phóng
túng so với sự truyền thống của xử nữ. Còn xử nữ lại nhạy cảm và tận tâm
hơn so với Bảo Bình. Nếu sun sign của venus xử nữ là Thiên Bình và/hoặc
sun sign của venus bảo bình là Ma Kết thì mối quan hệ sẽ tốt hơn.

Xữ Nữ và Song Ngư

Xử nữ là người logic và song ngư là người cảm xúc, vì vậy sự kết hợp này có
thể dẫn đến sự mê hoặc lẫn nhau - và cả sự hiểu lầm nữa. song ngư ngạc
nhiên trước tính kỷ luật và khả năng hoàn thành công việc của xử nữ, trong
khi xử nữ bị thu hút bởi trí óc sáng tạo và phóng khoáng của song ngư.
Nhưng sau một thời gian, xử nữ cảm thấy bực bội vì phải làm việc vất vả
dành phần lớn thời gian quý báu của mình để sắp xếp mọi thứ.

Phần 7 Venus Libra Thiên Bình.

Lịch sự nhưng không phải tình cảm hời hợt đâu nhé.

Nên nhớ: bạn có thể thuộc cung Nhân Mã nhưng Venus Tình Yêu lại là Venus Thiên Bình. Đọc kĩ đầu chương

Libra Venus luôn muốn gây ấn tượng với bạn. Họ sẽ sử dụng tất cả lòng tốt và sự công bằng của mình để duy trì mối quan hệ. Cách cư xử của họ lịch sự, điều này có thể khiến một số người cho rằng họ hời hợt. Thực ra, họ là những người hiền lành, dễ tự ái. Cách cư xử tồi tệ và tính cách thô bạo có thể làm họ sợ. Người Venus Thiên Bình cố gắng đối xử công bằng với mọi người và họ thường trở thành người trung gian để giữ mọi thứ hòa bình. Không có gì lạ khi cung này nhượng bộ và thay đổi cuộc sống của chính họ để phù hợp với người khác.

Venus Thiên Bình theo chủ nghĩa lý tưởng và có thể biến một mối quan hệ thành một điều gì đó lớn lao hơn trong cuộc sống. Nếu họ cảm thấy bị lợi dụng, thay vì đối đầu với đối phương, họ sẽ âm thầm buồn bực trong một góc, và ngày qua ngày trở nên khó chịu hơn. Họ là những mục tiêu dễ dàng cho những kẻ bắt nạt.

Venus Thiên Bình thích được yêu. Họ cần được yêu, giống như thở, ăn và ngủ. Các nghi thức xã hội cũng rất quan trọng đối với họ: tặng và nhận hoa, quà và gọi điện cảm ơn một cách lịch sự sau bữa tiệc tối. Venus Thiên Bình thích ở bên người tình và ghét ở một mình.

Người Venus Thiên Bình thích chia sẻ, nhưng nếu ai đó thiếu tế nhị hoặc thô lỗ, điều đó thực sự khiến họ mất hứng. Khi mối quan hệ không cân bằng, họ sẽ trở nên không hạnh phúc. Họ sẽ cố gắng đưa nó trở lại trạng thái cân bằng mà bạn không nhận ra. Nếu bạn cố gắng làm phần việc của mình để giữ mọi thứ ổn định, Libra Venus sẽ làm phần việc của họ và luôn xem xét cảm nhận của bạn về mọi thứ và đối xử với bạn theo cách họ muốn được đối xử.

Là một người lãng mạn thực sự, những người Venus Thiên Bình sẽ hạnh phúc nhất khi được kết hợp với ai đó. Họ nhạy cảm với những người xung quanh và có thể bị cho là dễ dàng thay đổi để trở thành thứ mà người khác muốn họ trở thành. Họ rất dễ đánh mất bản sắc nếu không cẩn thận vì họ có xu hướng nhìn mọi việc theo quan điểm của đối tác. Họ có thể bám víu hoặc có xu hướng ghi nhớ mọi điều nhỏ nhặt xảy ra. Mặc dù quyến rũ và dễ đồng hành nhưng họ có thể thỏa hiệp hơi quá nhiều.

Libra Venus là người hòa đồng, thân thiện, lịch sự và hấp dẫn người khác giới, bất kể họ trông như thế nào. Họ thích được kích thích về mặt trí tuệ và sẽ luôn tìm kiếm sự đồng hành cũng như địa vị trong cuộc sống. Họ muốn môi trường xung quanh họ phải đẹp đẽ và thoải mái.

VenusThiên Bình có thể hời hợt và thiếu những giá trị cá nhân rõ ràng. Những bất đồng thường xuyên có thể khiến họ bị bệnh hoặc lo lắng. Họ dễ yêu và có thể không chờ đợi đúng người. Những nỗ lực làm hài lòng người khác cuối cùng có thể khiến họ kiệt sức.

Với tư cách là một người bạn, Libra Venus là con người của xã hội. Họ đưa ra lời khuyên tốt. Họ có thể có xu hướng chọn những người bạn khiến họ trở nên tốt hơn. Họ có phong cách và biết cách làm cho mọi người cảm thấy thoải mái.

Libra Venus có thể giỏi viết lách, diễn xuất, diễn thuyết, bán hàng hoặc kinh doanh. Sự nhạy bén trong xã hội của họ có ích cho dù họ chọn làm gì.

Làm sao chiếm cảm tình của Venus Thiên bình. Nếu bạn bị thu hút bởi Libra Venus, hãy cư xử đúng mực, ăn nói lịch sự và ăn mặc đẹp. Hãy công bằng với tất cả những gì bạn gặp và đấu tranh cho sự nghiệp công lý. Đừng hợm hĩnh hay kiêu ngạo. Hãy làm phần việc của mình để giữ mối quan hệ được cân bằng và luôn đối xử tốt với họ.

Nếu bạn muốn thu hút Venus Thiên Bình, hãy theo kịp họ về mặt trí tuệ. Cả đàn ông và phụ nữ Venus Thiên Bình đều thông minh, sáng tạo và hóm hỉnh - và họ đánh giá cao ai đó có thể phù hợp với bộ não của họ. Để có được Venus Thiên Bình, hãy cho họ thấy bạn có những tố chất cần thiết để cùng họ đạt đến những tầm cao trí tuệ cao cả. Hãy đặt ra một câu hỏi hóc búa mang tính triết học sâu sắc khiến bạn phải nói chuyện suốt đêm.

Venus Kim Thiên Bình coi trọng sự công bằng và bình đẳng nên việc họ tìm kiếm những người có cùng giá trị. Họ tìm kiếm một đối tác có thể cho đi nhiều như họ nhận được-một người không lợi dụng họ. Sao Kim Thiên Bình còn quan tâm đến khái niệm công bằng nói chung, nghĩa là nếu bạn ủng hộ chính nghĩa hoặc tử tế với người khác, bạn có thể sẽ lọt vào mắt xanh của họ.

Bạn nên thể hiện phong cách cá nhân sang trọng của bạn. Sao Kim Thiên Bình không chỉ quan tâm đến tình yêu mà còn quan tâm đến thẩm mỹ. Sao Kim Thiên Bình dễ bị thu hút bởi những người biết chăm sóc bản thân và quan tâm đến vẻ ngoài của họ (chỉ cần chú ý đến ngoại hình, rèn luyện thói quen chải chuốt hàng ngày, có phong cách và tự hào về ngoại hình là được).

Venus Thiên Bình có chung thủy không

Venus Thiên Bình cần một mối quan hệ hài hòa - nếu nó trở nên quá nặng nề hoặc căng thẳng, thì họ sẽ tìm kiếm mối quan hệ yên bình hơn ở người khác.

Lưu ý: nếu bạn đọc về Venus Thiên Bình mà thấy không đúng hoàn toàn, thì có thể bạn là Venus lai chứ không phải thuần. Đọc kĩ đầu chương.

Khi vợ bạn ngoại tình với một người đàn ông, cách hay nhất để trả thù anh ấy là cho luôn vợ bạn cho anh ấy (Sacha Guitry)

Sự tương hợp giữa Venus Thiên Bình và các venus khác khi yêu: cái này chỉ mang tính tham khảo

Thiên Bình và Bạch Dương

Có một sức hút mạnh mẽ của các mặt đối lập đang diễn ra ở đây (đặc biệt nếu sun sign của venus thiên bình cũng là Thiên Bình và sun sign của venus bạch dương cũng là Bạch Dương). Thiên bình yêu sự nhiệt tình, dũng cảm và bản tính thích phiêu lưu của bạch dương, còn bạch dương yêu vẻ đẹp, sự duyên dáng và phong cách ngoại giao của thiên bình. Điều này tốt về lâu dài, nhưng hãy lưu ý rằng thiên bình muốn cho và nhận trong mối quan hệ chứ không phải chỉ cho đi không đâu

Thiên Bình và Kim Ngưu

Cả hai bạn đều mong muốn có một lối sống thoải mái và hài hòa, đồng thời hai bạn thích những điều tốt đẹp trong cuộc sống – đồ ăn ngon, rượu ngon, hoa, nước hoa, nghệ thuật … và cứ thế tiếp tục. . Mối quan hệ này hoạt động tốt nhất khi tài chính dồi dào, vì cả hai bạn đều không hoạt động tốt trong cảnh túng thiếu!

Thiên Bình và Song Tử

Sự kết hợp này rất phù hợp trong tình yêu. Cả hai bạn đều muốn một mối quan hệ có sự hòa hợp, giao tiếp và những khoảng thời gian vui vẻ, ít xung đột và rắc rối về cảm xúc. Tuy nhiên, có thể có những trục trặc nhỏ – thiên bình muốn song tử lãng mạn hơn và song tử ước thiên bình phiêu lưu hơn.

Thiên Bình và Cự Giải

Ở một khía cạnh nào đó hai bạn có phần giống nhau. Cả hai bạn đều khao khát có được sự đồng hành thường xuyên, thích xây dựng một ngôi nhà đẹp và là những người chủ nhà hoàn hảo. Các bạn là người tốt bụng, ân cần và thích trao đổi những món quà được lựa chọn cẩn thận. Nhưng các bạn tiếp cận các vấn đề tình cảm rất khác nhau. Thiên bình hay nói đi nói lại và hợp lý hóa mọi chuyện, trong khi cự giải lại im lặng và hờn dỗi.

Thiên Bình và Sư Tử

Sự kết hợp này tạo nên một mối quan hệ khoái lạc tuyệt vời. Cả hai bạn đều yêu thích sự sang trọng, giao tiếp xã hội, nghệ thuật và những cuộc tán tỉnh lãng mạn. Sư tử ngưỡng mộ sự quyến rũ và gu thẩm mỹ tốt của thiên bình, trong khi thiên bình bị thu hút bởi tinh thần ấm áp và hào phóng của sư tử. Thiên bình sẽ không đạt được mức độ trao đổi cảm xúc sâu sắc, nhưng thiên bình sẽ giúp cân bằng tính cách vượt trội của sư tử và sư tử sẽ tạo thêm cảm giác bốc lửa cho thiên bình.

Thiên Bình và Xử Nữ

Cả hai bạn đều đang tìm kiếm mối quan hệ 'hoàn hảo' và đặt kỳ vọng cao vào đối tác của mình. Các bạn có thể rất chỉ trích những lỗi lầm của nhau – xử nữ phàn nàn rằng thiên bình là người phù phiếm và buông thả bản thân, trong khi thiên bình thấy xử nữ quá nhạy cảm và keo kiệt. Mối quan hệ này tốt nhất khi sun sign của venus thiên bình là Xử Nữ và/hoặc sun sign của venus xử nữ là Thiên Bình.

Thiên Bình và Thiên Bình

Là một cặp đôi, các bạn rất thanh lịch. Các bạn thể hiện hình ảnh của một cặp đôi "lý tưởng" – lãng mạn, tương hợp và tinh tế. Nhưng xu hướng tránh đối đầu và tránh cãi cọ của các bạn có thể khiến mối quan hệ sẽ tan vỡ khi có dấu hiệu rắc rối đầu tiên, hoặc bằng mặt mà không bằng lòng trong nhiều năm.

Thiên Bình và Bọ Cạp

Sự kết hợp này tốt nhất khi sun sign của venus thiên bình là Bọ Cạp và/hoặc sun sign của venus bọ cạp là Thiên Bình, nếu không thì nhu cầu tình cảm của các bạn quá khác nhau. Thiên bình ở trạng thái cân bằng còn bọ cạp ở trạng thái cực đoan. Thiên bình muốn những khoảng thời gian vui vẻ, lãng mạn, nhẹ nhàng và bọ cạp muốn có những khoảng thời gian sâu sắc, ý nghĩa và rất mãnh liệt. Thiên bình muốn niềm vui và tình bạn còn bọ cạp muốn một hiệp ước trọn đời.

Thiên Bình và Nhân Mã

Khi mọi thứ đang diễn ra tốt đẹp, sự kết hợp này là một mối quan hệ rất phù hợp. Vừa dễ tính vừa lạc quan, bạn thích giao lưu và tận hưởng cuộc sống. Tuy nhiên, vẫn có những điểm khác biệt – nhân mã thấy thiên bình quá khéo léo và dễ dãi (thiên bình làm bất cứ điều gì để tránh tranh cãi) và thiên bình thường cảm thấy kinh hoàng vì sự thiếu lịch sự và thẳng thắn của nhân mã (nhân mã gọi đó là sự trung thực!)

Thiên Bình và Ma Kết

Cả hai bạn đều thích công việc tốt, đồ ăn tốt, quần áo tốt….. Thiên bình giúp nâng tầm con mắt thẩm mĩ khi nhìn về cuộc sống của ma kết. Ma kết khiến thiên bình thoát khỏi cảm giác tự mãn. Nhưng hai bạn có tính khí trái ngược nhau và thiên bình cần thêm sự gắn bó và lãng mạn hơn từ ma kết.

Thiên Bình và Bảo Bình

Các bạn có nhiều điểm chung. Cả hai bạn đều thích các cuộc trò chuyện sôi nổi và đời sống xã hội đa dạng. Đồng thời hai bạn đánh giá cao việc theo đuổi trí tuệ và những quan điểm tương phản. Sự kết hợp này thường tạo nên một mối quan hệ bền vững – mặc dù không nhất thiết phải là vợ chồng!

Thiên Bình và Song Ngư

Hai bạn đều giỏi về chuyện tình cảm - thư tình, hoa, bữa tối dưới ánh nến và những lời tán tỉnh lãng mạn. Cả hai bạn đều không giỏi xử lý những vấn đề thực tế của một mối quan hệ lâu dài - như đưa ra những quyết định chắc chắn. Sẽ rất hữu ích nếu sun sign của venus thiên bình là Xử Nữ và/hoặc sun sign của venus song ngư là Ma Kết.

Phần 8 Venus Scorpius Bọ Cạp.

Trao hết cho nửa kia, có dễ không vậy

Nên nhớ: bạn có thể thuộc cung Xử Nữ nhưng Venus Tình Yêu lại là Venus Bọ Cạp. Đọc kĩ đầu chương

Venus Bọ Cạp rất mãnh liệt và sâu sắc. Họ rất sẵn lòng cam kết với một mối quan hệ và họ sẽ chỉ chấp nhận tất cả hoặc không gì cả. Họ hoàn toàn tận tâm và tập trung vào bạn, và họ tỏ ra không hề sợ hãi. Họ khao khát sự thân mật và có khả năng yêu ai đó rất sâu sắc. Venus Bọ Cạp chiếm hữu bạn tình của mình và khiến nửa kia muốn được chiếm hữu.

Họ có khả năng dành cho nửa kia của mình sự quan tâm hoàn toàn. Điều này có thể tâng bốc đối với một số người nhưng lại hoàn toàn gây khó chịu cho những người khác. Mặc dù họ có thể sẽ không thừa nhận điều đó, nhưng Venus Bọ Cạp có nhu cầu kiểm soát đối tác và mối quan hệ của mình. Nỗi ám ảnh này của họ có thể lấy đi niềm vui trong mối quan hệ. Họ đưa mọi thứ đến mức cực đoan, điều này có thể hấp dẫn nhưng cũng có thể khiến nửa kia choáng ngợp. Mặc dù một người Venus Bọ Cạp sẽ muốn biết mọi chi tiết về bạn, nhưng họ sẽ không thẳng thắn cung cấp mọi thông tin về bản thân mình. Nếu Venus Bọ Cạp buồn bã, hãy coi chừng. Họ có thể bùng nổ giận dữ hoặc khiến bạn ước mình biến đi trước cái nhìn mà họ dành cho bạn. Họ có thể sẽ ghen tị với bất kỳ ai khác mà bạn dành thời gian cùng, bất kể lý do là gì, mặc dù họ sẽ không thừa nhận điều đó. Họ không ngại thao túng tình huống và có tài nhìn xuyên thấu bất kỳ vỏ bọc nào để tìm ra điều sâu thẳm trong lòng. Họ có thể có xu hướng cảm thấy buồn chán trong mối quan hệ thường ngày, mặc dù họ vẫn tiến bước khi gặp khủng hoảng.

Họ đánh giá cao những người trung thành và tận tâm với họ. Hãy để họ có một số quyền kiểm soát trong mối quan hệ nếu họ xứng đáng với điều đó. Một số Venus Bọ Cạp có thể lợi dụng đối tác của mình ở mức độ rất sâu sắc và tinh tế, mặc dù không phải tất cả họ đều làm như vậy. Họ thích giữ bí mật của riêng mình. Cảm xúc của họ có thể ngăn cản họ nhìn nhận quan điểm của người khác. Nghi ngờ là cảm giác tự nhiên của họ khi họ không chắc chắn.

Venus Bọ Cạp rất sặc sỡ vì sự mãnh liệt của họ. Họ thường bị thu hút bởi những bí ẩn huyền bí, và họ rất giỏi trong vai trò thám tử hoặc nghiên cứu. Họ có thể sử dụng thành công sự hấp dẫn giới tính của mình để đạt được điều họ muốn. Không có gì lạ khi một người Venus Bọ Cạp thận trọng khi gặp gỡ những người mới. Họ có thể tận dụng cơ hội để quan sát ai đó mà họ quan tâm nhiều lần trước khi gặp họ.

Là một người bạn, họ rất sâu sắc và có thể hiểu bạn bè mình rõ ràng như ban ngày. Họ có thể dường như đang lạc lối trong thế giới nhỏ bé của riêng mình, nhưng với chỉ với một câu nói, họ có thể cho bạn biết rằng họ chú ý đến mọi chi tiết của bạn và biết mọi bí mật của bạn.

Venus Bọ Cạp thích những con người sẵn sàng cho sự tận tuy, và những cảm xúc mãnh liệt. Họ thích một chút đầu hàng trong mối quan hệ. Nhưng đừng chơi đùa với họ, vì họ khó có thể tha thứ. Venus Bọ Cạp càng cảm thấy tuyệt vời như thế nào khi họ yêu bạn, thì họ cũng có thể tệ bấy nhiêu khi bị bạn làm tổn thương. Venus Bọ Cạp thích thay đổi… thậm chí còn hơn thế nữa; họ phát triển mạnh nhờ sự chuyển đổi diễn ra trong và sau khi thay đổi. Dù họ đặt niềm đam mê của mình vào bất cứ điều gì; nó sẽ có ý nghĩa tất cả đối với họ.

Làm sao chiếm cảm tình Venus Bọ Cạp nam

Hãy tán tỉnh anh ấy. Tán tỉnh giống như hít thở đối với Venus Bọ Cạp. Hãy cho anh ấy thấy bạn có thể theo kịp những câu nói đùa vui vẻ, vui tươi và gợi cảm. Những câu chuyện cười dí dỏm và những cử chỉ nhẹ nhàng sẽ khiến anh ấy thắc mắc "họ cố tình làm vậy phải không?" sẽ khiến anh ta phát điên. Bạn càng tỏ ra tự tin thì anh ấy sẽ càng bị bạn thu hút. Một nụ cười quyến rũ hay một ánh mắt mãnh liệt đều khiến anh ấy choáng ngợp. Hãy thử giao tiếp bằng mắt và bẽn lẽn nhìn đi chỗ khác để khiến anh ấy say mê. Bạn nên tự tin ăn mặc gợi cảm chứ không cần quá truyền thống. Và nên xịt một mùi hương ấm áp và cay nồng như quế hoặc vani để kích thích khứu giác của anh ấy.

Hãy bí ẩn một chút. Những người bí ẩn luôn thu hút anh ấy và anh ấy thích liên tục phát hiện ra rằng còn nhiều điều khác ở bạn để khám phá. Hãy từ từ bộc lộ bản thân với anh ấy thay vì tiết lộ câu chuyện cuộc đời bạn trong buổi hẹn hò đầu tiên. Anh chàng này thích giải câu đố nhưng lại không phải là fan của những trò chơi trí tuệ, kiểu như cố tình làm anh ấy ghen tuông. Hãy là chính mình và đồng thời trở nên bí ẩn. Sao Kim ở Bọ Cạp sẽ biết ngay bạn đang thêu dệt hay che giấu sự thật để gây ấn tượng với anh ấy.

Hãy để trí thông minh của bạn tỏa sáng. Người đàn ông này có đầu óc năng động và bị thu hút bởi những người có thể theo kịp họ. Nói chuyện cởi mở về lĩnh vực chuyên môn của bạn, tin tức hoặc sự kiện mới nhất và bất cứ điều gì bạn thấy hấp dẫn. Đề xuất những ngày hoặc hoạt động mà cả hai bạn sẽ học được điều gì đó.

Hãy nói về những thành công của bạn. Anh chàng sao Kim trong Bọ Cạp luôn tìm kiếm một người có nghị lực như anh ấy.

Bất cứ điều gì huyền bí, bí ẩn hay nổi loạn đều thu hút sự chú ý của người đàn ông này. Đối với anh ấy, những chủ đề chính thống thật nhàm chán, vì vậy hãy phô trương kiến thức của bạn về điều gì đó siêu nhiên, triết học, ma quái hoặc khác thường.

Hãy thể hiện tính cách mạnh mẽ của bạn. Một người năng động, mạnh mẽ sẽ rất hấp dẫn đối với anh ấy. Anh ấy gặp khó khăn khi giao tiếp với những người thụ động. Anh ấy thích làm chủ trong các mối quan hệ, nhưng lại cảm thấy một đối tác muốn luôn thách thức và thúc đẩy anh ấy là một đối tác hấp dẫn, không thể cưỡng lại. Hãy ủng hộ những mong muốn và nhu cầu của chính bạn và nói lên những bất đồng của bạn với anh chàng này. Hãy cho anh ấy thấy rằng bạn có cuộc sống riêng để sống.

Khiến anh ấy cảm thấy anh ấy đang bảo vệ bạn. Hãy trung thực với anh ấy. Anh ấy có bản chất nghi ngờ và cần rất nhiều sự trấn an rằng bạn thành thật với anh ấy. Anh ấy rất khó tha thứ cho sự không trung thực. Nếu có điều gì đó bạn không thể hoặc không muốn chia sẻ, chỉ cần nói với anh ấy rằng bạn chưa sẵn sang. Đừng lo lắng về bí mật của bạn bị rò rỉ. Người đàn ông này sẽ không nói bí mật của bạn cho ai đâu.

Hãy thể hiện sự chung thủy của bạn bằng cách không tán tỉnh người khác. Lòng trung thành và sự cam kết được đặt lên hàng đầu trong danh sách ưu tiên của anh chàng này. Bạn nên xóa các ứng dụng hẹn hò của bạn khi bạn ở bên anh ấy. Ngay cả khi bạn không sử dụng chúng, việc nhìn thấy trên màn hình điện thoại của bạn sẽ khiến anh ấy hoang tưởng.

Hãy cho anh ấy thấy sự đồng cảm. Venus Bọ Cạp nam rất dễ xúc động và khó hiểu. Anh ấy hiếm khi cảm thấy được thấu hiểu. Cho nên sự đồng cảm của bạn sẽ rất thu hút anh ấy. Hỏi anh ấy xem anh ấy cảm thấy thế nào cho dù tâm trạng của anh ấy có ra sao.

Venus Bọ Cạp có chung thủy không.

Venus Bọ Cạp có thể cứng rắn trong tình cảm của họ. Điều đó nói lên rằng, họ cũng cực kỳ chung thủy. nhưng lòng người khó đoán, làm sao biết họ hết yêu bạn. Venus Bọ Cạp hoặc là yêu bạn 100% và kiểm soát bạn hoặc là bạn chả là gì với họ. Nếu một ngày họ không kiểm soát bạn và lơ là đối với bạn, có khả năng họ hết yêu bạn.

Nếu bạn không trung thực và chung thủy với Bọ Cạp, bạn sẽ thấy sự đáng sợ của họ

Lưu ý: nếu bạn đọc về Venus Bọ Cạp mà thấy không đúng hoàn toàn, thì có thể bạn là Venus lai chứ không phải thuần. Đọc kĩ đầu chương.

Khi vợ bạn ngoại tình với một người đàn ông, cách hay nhất để trả thù anh ấy là cho luôn vợ bạn cho anh ấy (Sacha Guitry)

Sự tương hợp giữa Venus Bọ Cạp và các venus khác khi yêu: cái này chỉ mang tính tham khảo
Bọ Cạp và Bạch Dương

Đây là sự kết hợp rất nồng nàn hoặc là mang lại lợi ích hoặc mang tính hủy diệt - hiếm khi ở giữa lung chừng hai thái cực này. Vấn đề phát sinh từ bản chất tương phản của các bạn. Bạch dương cởi mở và chân thật, trong khi Bọ Cạp lại phức tạp và bí mật. Điều này có thể dẫn đến hiểu lầm và Bạch Dương phải mất một thời gian mới nhận ra rằng điều Bọ Cạp nói không nhất thiết là điều Bọ Cạp muốn nói.

Bọ Cạp và Kim Ngưu

Ở đây có một sức hút không thể phủ nhận vì Bọ Cạp và Kim Ngưu là hai thái cực đối lập nhau. Bọ Cạp nhận thấy sự gợi cảm trần tục của Kim Ngưu là rất hấp dẫn. Và Kim Ngưu bị thu sự suy nghĩ sâu sắc của Bọ Cạp. Tuy nhiên, Bọ Cạp thích tiến sâu hơn tìm hiểu về độ cảm xúc và đụng chạm cơ thể trong một mối quan hệ. Và đối với Bọ Cạp thì Kim Ngưu có thể quá thực dụng và cầu mong sự an toàn!

Bọ Cạp và Song Tử

Nhu cầu về mối quan hệ của bạn rất khác nhau. Phương châm của Bọ Cạp là "yêu nhau đến cùng" trong khi phương châm của Song Tử là ' yêu cho đến khi nỗi buồn chán chia lìa chúng ta'. Bọ Cạp muốn trao đổi tình cảm sâu sắc và có ý nghĩa, trong khi Song Tử muốn sự kích thích tinh thần và những khoảng thời gian vui vẻ vô tư. Nếu sun sign của venus Bọ Cạp là Thiên Bình và/hoặc sun sign của venus Song Tử là Cự Giai, thì sẽ có nhiều cơ hội tìm được điểm chung hơn.

Bọ Cạp và Cự Giai

Sự kết hợp này tạo nên một mối quan hệ mãnh liệt và đầy cảm xúc với nhiều thăng trầm. Khi mọi việc diễn ra suôn sẻ, các bạn là một cặp đôi chung thủy nhiệt huyết nhưng khi bất đồng quan điểm, các bạn sẽ phải đối mặt với những cuộc tranh giành quyền lực và những khoảng lặng kéo dài đầy tâm trạng khi hai bạn xa lánh nhau.

Bọ Cạp và Sư Tử

Sự kết hợp này có thể kéo dài, đặc biệt nếu sun sign của venus Bọ Cạp là Nhân Mã và/hoặc sun sign của venus Sư Tử là Cự Giai. Cả hai bạn đều chung thủy, đam mê và hết lòng với mối quan hệ, đồng thời phát triển mạnh mẽ sau những cuộc chia tay đầy kịch tính và những cuộc đoàn tụ đầy nước mắt. Nhưng sự ghen tuông và tính chiếm hữu (của cả hai bên) có thể hủy hoại một mối quan hệ hợp tác vốn rất phù hợp.

Bọ Cạp và Xử Nữ

Hai bạn tạo nên sự kết hợp ổn định và hỗ trợ lẫn nhau (đặc biệt nếu sun sign của venus Bọ Cạp là Xử Nữ và/hoặc sun sign của venus Xử Nữ là Bọ Cạp). Cả hai bạn đều rất coi trọng mối quan hệ và coi trọng sự riêng tư cũng như sự thận trọng. Nhưng Bọ Cạp có thể thấy Xử Nữ quá suy xét và thận trọng, trong khi Xử Nữ lại lo lắng về nỗi ám ảnh trong mắt Bọ Cạp về mặt tối và khó khăn của cuộc sống.

Bọ Cạp và Thiên Bình

Sự kết hợp này tốt nhất khi sun sign của venus Bọ Cạp là Thiên Bình và/hoặc sun sign của venus Thiên Bình là Bọ Cạp, nếu không thì nhu cầu tình cảm của các bạn quá khác nhau. Thiên Bình ở trạng thái cân bằng và Bọ Cạp ở trạng thái cực đoan. Thiên Bình muốn những khoảng thời gian vui vẻ, lãng mạn, nhẹ nhàng còn Bọ Cạp muốn có những khoảng thời gian sâu sắc, ý nghĩa và mãnh liệt. Thiên Bình muốn niềm vui và tình bạn còn Bọ Cạp muốn một hiệp ước trọn đời.

Bọ Cạp và Bọ Cạp

Cả hai bạn đều khao khát trải nghiệm tình yêu huyền bí sâu sắc và giống như hai ngọn núi lửa đầy cảm xúc sắp phun trào. Gặp nhau là đi luôn! Cả hai bạn đều rất mãnh liệt về mối quan hệ yêu đương- và rất tập trung vào nhau - đến mức các bạn chẳng quan tâm điều gì khác ngoài tình yêu. Các bạn nên học cách thỉnh thoảng vui vẻ và thư giãn, nếu không cả hai sẽ cạn kiệt cảm xúc.

Bọ Cạp và Nhân Mã

Bọ Cạp rất mãnh liệt và nghiêm túc trong tình yêu, trong khi Nhân Mã không có cam kết và không nhất quán với tình cảm của mình. Trừ khi sun sign của venus Bọ Cạp là Nhân Mã và/hoặc sun sign của venus Nhân Mã là Bọ Cạp, cặp đôi này chắc chắn sẽ kết thúc với một trái tim tan vỡ (thường là Bọ Cạp!)

Bọ Cạp và Ma Kết

Cả hai bạn đều coi trọng mối quan hệ và sẵn sàng dành thời gian và công sức để giải quyết mọi vấn đề. Khi đoàn kết lại, các bạn có thể hoàn thành những nhiệm vụ lớn lao. Nhưng bản chất cảm xúc của các bạn rất khác: Bọ Cạp khó có thể đồng cảm với cách tiếp cận tình yêu giống như công việc của Ma Kết và Ma Kết thấy những thăng trầm trong cảm xúc của Bọ Cạp khó có thể hiểu được.

Bọ Cạp và Bảo Bình

Các bạn có những cách tiếp cận tình yêu khá khác nhau. Bọ Cạp thích trở nên cực kỳ gần gũi và thân mật, trong khi Bảo Bình lại thích giữ khoảng cách về mặt cảm xúc. Điều này có thể dẫn đến những nhu cầu không được đáp ứng và sự oán giận của cả hai bên. Tuy nhiên, các bạn có một điểm chung - cả hai đều rất bướng bỉnh!

Bọ Cạp và Song Ngư

Các bạn tạo nên một mối quan hệ hợp tác tương thích và tận tâm. Vừa nhạy cảm vừa hòa hợp về mặt cảm xúc, các bạn có thể cùng nhau đạt đến mức độ trao đổi cảm xúc sâu sắc. Tuy nhiên, không phải mọi chuyện đều thuận buồm xuôi gió – sự bồn chồn và thiếu tập trung của Song Ngư khiến Bọ Cạp khó chịu, trong khi tính chiếm hữu của Bọ Cạp khiến Song Ngư sợ hãi.

Phần 9 Venus Sagittarius Nhân Mã.

Làm sao có những trải nghiệm mới

Nên nhớ: bạn có thể thuộc cung Bảo Bình nhưng Venus Tình Yêu lại là Venus Nhân Mã. Đọc kĩ đầu chương

Venus Nhân Mã thích học hỏi những điều mới mọi lúc và khi đang trong một mối quan hệ, họ muốn một người nào đó có thể giúp họ phát triển và mở rộng phạm vi trải nghiệm. Là người hay lý tưởng hóa sự đời, họ muốn một người bạn đời đánh giá cao tất cả những việc họ làm… niềm tin, mục tiêu, tầm nhìn của họ. Vừa nhẹ nhàng vừa nghiêm túc, một người Venus Nhân Mã đôi khi có thể hơi khó hiểu. Họ không dễ dàng cam kết với một ai đó vì họ thích đi lang thang. Venus Nhân Mã, thích ý tưởng về tình yêu, nhưng họ không muốn nó ảnh hưởng đến phong cách, sự độc lập hay tự do của họ.

Venus Nhân Mã luôn nhiệt tình theo đuổi tình yêu. Họ cố gắng bắt nó nhưng nó khó nắm bắt. Nó trêu chọc họ, và khi họ cảm thấy mình đã nắm bắt được ý nghĩa của tình yêu thì nó lại biến mất. Và họ sẽ không có nó theo cách nào khác!

Venus Nhân Mã luôn có khoảng thời gian vui vẻ. Họ thân thiện và thích tán tính, đồng thời họ rất giỏi trong việc làm người khác vui. Mặc dù họ tự hào về tính cởi mở của mình nhưng họ cũng có thể khá hay phán xét. Họ không thích những thói quen buồn tẻ, ức chế hoặc những cảnh quá xúc động. Họ bồn chồn và sẽ không tồn tại lâu với một người cứ khăng khăng mãi nghĩ về điều tương tự. Khi một mối quan hệ trở nên khó khăn, họ có bản năng mạnh mẽ là bỏ chạy. Mặc dù có thể là họ chỉ cần thư giãn và quay lại mỗi tình, nhưng cũng có thể là ra đi mãi mãi. Họ bị thu hút bởi những người sống hết mình… bất kể người đó có duyên dáng, lịch sự hay không. Venus Nhân Mã cần không gian và sự tự do để được hạnh phúc. Cười với họ, nhưng nếu họ buồn, hãy nghiêm túc với họ. Tranh luận với họ một cách vui vẻ, nhưng đừng chỉ trích những gì họ tin tưởng. Khi họ muốn rong ruổi, hãy đi cùng họ. Trong hầu hết các trường hợp, họ đều dễ tính và thích mọi việc diễn ra theo ý mình.

Sự đa dạng là gia vị trong cuộc sống của Venus Nhân Mã. Họ có thể có xu hướng phóng đại chỉ vì họ coi cuộc sống là một cuộc phiêu lưu vĩ đại. Họ thích sự tự phát trong hành động… việc lập kế hoạch không dành cho họ. Đôi khi họ có thể làm người khác thất vọng, nhưng đó không phải là điều họ cố ý. Họ chỉ là mơ ước quá lớn và đôi khi không theo đuổi đến cùng. Với họ, những lợi ích mới có thể dễ dàng làm lu mờ những lợi ích cũ. Họ yêu thích triết học, tôn giáo và nghệ thuật… họ thấy những chủ đề này kích thích trí tuệ. Những người khác lại thấy người Venus Nhân Mã rất dễ gần. Họ hòa đồng, vui vẻ và có tinh thần tự do. Họ thích du lịch và thích sự phấn khích. Họ tập hợp rất nhiều bạn bè và những người yêu thương họ.

Trong tình bạn, Nhân Mã Venus là người hiểu rõ mọi người. Họ trung thực đến mức thẳng thắn. Họ kết bạn ở mọi nơi họ đến và họ có thể có một mạng lưới những người mà họ biết trên toàn thế giới. Họ không cần nhiều tình cảm gắn bó quan hệ bạn bè và cả các mối quan hệ khác.

Venus Nhân Mã rất vui vẻ khi cười đùa… kể chuyện, biểu diễn trên sân khấu, âm nhạc hoặc hài kịch… họ rất giỏi trong việc đặt tên cho những hoạt động này. Họ có thể trở thành những giáo viên tuyệt vời và được học sinh yêu mến nhờ tài năng kết hợp giữa trí tuệ và sự hài hước.

Venus Nhân Mã muốn ai đó giúp họ có được những trải nghiệm mới; một người thích đi du lịch, thích phiêu lưu và không đòi hỏi nhiều sự ràng buộc. Họ bị thu hút bởi những người đến từ các nền văn hóa khác vì sự khác biệt với họ là rất thú vị. Khiến họ cam kết và ràng buộc là một công việc dài hạn đòi hỏi nhiều sự kiên nhẫn và thời gian hợp lý. Họ không thích cảm giác bị mắc kẹt và sẽ cố gắng hết sức để tránh nó. Họ có xu hướng sùng bái bạn đời của mình, và khi người bạn đời làm họ thất vọng, điều đó có thể rất khó chịu với Venus Nhân Mã.

Làm sao chiếm cảm tình của Venus Nhân Mã.

Bạn nên gây ấn tượng với Venus Nhân Mã bằng trí tuệ và sự say đắm của bạn. Không có gì hấp dẫn đối với sao Kim ở Nhân Mã hơn việc ai đó thách thức họ bằng những ý tưởng mới. Nói chuyện với họ về chuyến đi, ước mơ và niềm tin của bạn. Khi họ thấy sở thích và trải nghiệm của bạn đa dạng và nhiều mặt, họ sẽ không thể rời xa.

Bạn nên đưa họ vào một cuộc phiêu lưu mới, hấp dẫn. Không có nhiều điều Venus Nhân Mã chưa làm được, vì vậy họ sẽ ngạc nhiên và thích thú khi bạn chỉ cho họ hoặc dạy họ điều mà họ chưa từng tiếp xúc trước đây. Hãy phiêu lưu và đưa họ đến một lễ hội văn hóa, hay chơi một môn thể thao mới cùng họ.

Sao Kim ở Nhân Mã muốn một người độc lập và có tinh thần tự do như họ; sự bám víu là dấu hiệu chắc chắn rằng họ sẽ chạy theo hướng khác. Khi họ cảm thấy bạn quan tâm nhưng vẫn tỏ ra bình tĩnh và tự tin, họ sẽ không thể cưỡng lại việc tán tỉnh bạn. Cuối cùng, họ sẽ là người cho bạn biết lý do tại sao bạn nên ở bên họ!

Bạn nên giữ sự khởi đầu của mối quan hệ của bạn nhẹ nhàng và vui vẻ. Nói về những điều nghiêm túc quá sớm, chẳng hạn như tương lai của mối quan hệ của bạn hoặc nơi bạn thấy mối quan hệ sẽ đi đến, có thể khiến sao Kim ở Nhân Mã sợ hãi. Hãy tận hưởng giai đoạn đầu bằng cách hẹn hò ngẫu hứng, đùa giỡn và tìm hiểu sâu hơn về triết lý và niềm tin cá nhân của bạn.

Venus Nhân Mã có chung thủy không.

Những con người này có thể khó ràng buộc vào một mối tình vì họ không thích cam kết. Sao Kim ở Nhân Mã khao khát sự phiêu lưu và trải nghiệm mới, thích nhảy từ mối quan hệ này sang mối quan hệ khác. Những con người xã hội này yêu mãnh liệt và nhanh chóng, họ sử dụng sự hài hước và khả năng tán tỉnh của mình để biến bạn bè thành người yêu.

Với Venus Nhân Mã, miễn là một mối quan hệ vui vẻ và thỏa mãn cơn khao khát kiến thức và phiêu lưu của họ, thì họ có thể tiếp tục cố gắng và rất chung thủy, đáng kính.Nhưng vào thời điểm mối quan hệ yêu đương không như ý muốn (mà cuộc tình nào cũng như vậy!) thì họ không còn đáng tin cậy nữa. Họ nổi tiếng là hay bỏ đi khi có dấu hiệu trục trặc, rắc rối đầu tiên.

Mặc dù sự cam kết có thể khó khăn đối với sao Kim ở Nhân Mã, nhưng một khi họ đã tìm thấy sự phù hợp về trí tuệ và phiêu lưu, họ sẽ vô cùng yêu thương và chung thủy. Vậy để biết Venus Nhân Mã có yêu bạn thực sự hay không, hãy kiểm tra cung Sun Sign (tính cách chung) của anh ấy như thế nào.

Nếu Sun Sign là Thiên Bình, khi anh ấy nghiêm túc với bạn, bạn sẽ trở thành ưu tiên hàng đầu của anh ấy và anh ấy cũng mong đợi điều tương tự từ bạn. Anh ấy can dự vào các vấn đề của bạn và cố gắng giải quyết chúng. Anh ấy sẽ giới thiệu bạn với những người thân yêu của anh ấy.

Nếu Sun Sign là Bọ Cạp, cung này "khao khát quyền lực", trong tình yêu. Nếu họ yêu thật lòng thì họ sẽ kiểm soát bạn, cố gắng dẫn đầu mối quan hệ. Bạn sẽ trở thành ưu tiên số 1 của người này. Người này sẽ cố bảo vệ bạn và luôn mở lòng với bạn

Nếu Sun Sign là Ma Kết, người này sẽ công khai mối quan hệ. Người này sẽ không ngại nói về cuộc sống cá nhân của mình.

Nếu Sun Sign Bảo Bình thì sẽ thế nào. Nếu anh ấy không nghiêm túc thì cuộc trò chuyện của các bạn sẽ ngắn gọn và không sâu sắc. Anh ấy cứng đầu nhưng không muốn thỏa hiệp với bạn. Ngay cả khi bạn rủ đi ăn pizza, anh ấy vẫn nhất quyết đòi ăn bánh mì kẹp thịt nếu đó là thứ anh ấy muốn. Bảo Bình thô lỗ, nếu họ không nghiêm túc, họ sẽ không quan tâm lời nói của họ ảnh hưởng đến bạn như thế nào.

Nếu Anh ấy nghiêm túc, anh ấy sẽ hỏi về cuộc sống của bạn. Anh ấy sẽ đưa bạn gặp bạn bè và gia đình của anh ấy. Anh ấy xuất hiện để ủng hộ bạn. Anh ấy sẽ nói về tương lai với bạn.

Nếu Sun Sign Nhân Mã, anh ấy khen ngợi sự thông minh của bạn. Anh ấy cố gắng khiến bạn quan tâm đến sở thích của anh ấy. Nhân Mã sẽ không chia sẻ cảm xúc của mình với bất kỳ ai nhưng bạn sẽ là một người đặc biệt nếu anh ấy để bạn bộc lộ những cảm xúc sâu sắc nhất và đen tối nhất của mình. Anh ấy là người cổ vũ lớn nhất của bạn. Anh ấy sẽ lên kế hoạch cho tương lai với bạn.

Lưu ý: nếu bạn đọc về Venus Nhân Mã mà thấy không đúng hoàn toàn, thì có thể bạn là Venus lai chứ không phải thuần. Đọc kĩ đầu chương.

Khi vợ bạn ngoại tình với một người đàn ông, cách hay nhất để trả thù anh ấy là cho luôn vợ bạn cho anh ấy (Sacha Guitry)

Sự tương thích giữa Venus Nhân Mã và các venus khác khi yêu: cái này chỉ mang tính tham khảo

Nhân Mã và Bạch Dương

Sức hấp dẫn ban đầu là cực kỳ mạnh mẽ nhưng nhân mã sẽ sớm chán ngấy những yêu cầu hách dịch của bạch dương, và cuối cùng bạch dương có thể cảm thấy bị lấn át vì nhân mã thậm chí còn phóng khoáng và tự do hơn bạch dương. Các bạn thường làm bạn tốt hơn người yêu. Một lần nữa, một mối quan hệ lâu dài dựa trên tình bạn vui vẻ và nồng nàn không phải là một ý tưởng tồi!

Nhân Mã và Kim Ngưu

Các bạn không có nhiều điểm chung. Nhân mã thích du lịch và phiêu lưu, còn kim ngưu thì thích những bữa ăn ấm cúng được nấu ở nhà bên bếp lửa. Nhân mã thấy kim ngưu quá kiên định và khó bảo, còn kim ngưu thấy nhân mã quá bốc đồng và bồn chồn. Sẽ có nhiều cơ hội có được sự kết hợp viên mãn hơn nếu sun sign của venus nhân mã là Ma Kết và/hoặc sun sign của kim ngưu là Bạch Dương.

Nhân Mã và Song Tử

Sự kết hợp này tạo nên một mối quan hệ hợp tác đầy năng lượng. Bồn chồn và dễ buồn chán, cả hai bạn đều muốn có một mối quan hệ không rắc rối, không có yêu cầu hay cam kết nặng nề. Thường thì các bạn sẽ ở bên nhau trong nhiều năm, mặc dù không có mối quan hệ chính thức nào và cả hai đều không chung thủy trong suốt chặng đường.

Nhân Mã và Cự Giải

Có những khác biệt lớn ở đây. Cự giải thường phụ thuộc và ý thức về sự an toàn, trong khi nhận mã độc lập và ý thức về tự do. Trong khi cự giải đang mơ về một ngôi nhà có hàng rào cọc và hoa hồng, bạn đang nhìn ra ngoài cửa sổ và ngân nga 'đến lúc phải lên đường rồi...' Nếu cự giải là người nội trợ và nhân mã là nhân viên bán hàng lưu động, thì mối quan hệ có thể thành công!

Nhân Mã và Sư Tử

Lúc đầu, sự kết hợp này có vẻ lý tưởng. Thân thiện, hướng ngoại và nhiệt tình, cả hai bạn đều đang tìm kiếm một mối quan hệ sáng tạo và vui vẻ. Tuy nhiên, khi mối quan hệ tiến triển, các vấn đề sẽ nảy sinh. Cả hai bạn đều phóng thoáng (thậm chí lãng phí) tiền bạc và sư tử thường yêu cầu một số cam kết, trong khi nhân mã lại muốn để ngỏ các lựa chọn của mình.

Nhân Mã và Xử Nữ

Các bạn có chung mối liên hệ tinh thần và sự tò mò khi thấy cả hai luôn bận rộn và học hỏi, với nhiều dự án đang thực hiện cùng một lúc. Nhưng các bạn thích hợp làm bạn bè (hoặc đồng nghiệp) hơn là người yêu, bởi vì xử nữ muốn nhiều sự ổn định và cam kết hơn từ nhân mã.

Nhân Mã và Thiên Bình

Khi mọi thứ diễn ra tốt đẹp, hai bạn có một mối quan hệ rất phù hợp. Dễ tính và lạc quan, cả hai bạn đều thích giao lưu và tận hưởng cuộc sống. Mối quan hệ này thường có nhiều niềm vui nhưng lại có chiều sâu cảm xúc thấp. Và khi các vấn đề nảy sinh, với tư cách là một cặp đôi, các bạn có xu hướng giải quyết chúng theo một trong hai cách - hoặc phớt lờ các vấn đề đó hoặc bỏ đi.

Nhân Mã và Bọ Cạp

Nhân mã bị mê hoặc bởi cường độ cảm xúc của bọ cạp, nhưng điều đó cũng khiến nhân mã sợ hãi. Bọ cạp quá quan tâm đến tình yêu, trong khi nhân mã lại không thích cam kết với tình cảm của mình. Trừ khi sun sign của venus nhân mã là Bọ Cạp và/hoặc sun sign của venus bọ cạp là Nhân Mã, nếu không việc ghép đôi này có thể sẽ kết thúc bằng những tranh cãi và hiểu lầm.

Nhân Mã và Nhân Mã

Các bạn vừa thể hiện tình yêu vừa có thể giao tiếp một cách cởi mở và trung thực. Nhưng các bạn có khoảng thời gian chú ý ngắn và nhu cầu thay đổi không ngừng nghỉ. Nếu không có sự ổn định nào đó (ví dụ một trong hai bạn có sun sign là ma kết), thì tình yêu nảy lửa này có thể tan biến nhanh chóng như khi nó bắt đầu.

Nhân Mã và Ma Kết

Nhân mã khao khát sự phấn khích và tự do, đồng thời ma kết cần sự ổn định và cam kết, nhưng nếu các bạn tập trung vào những lợi ích tích cực, điều đó có thể phát huy tác dụng. Bản chất lạc quan của nhân mã thúc đẩy tinh thần của ma kết và mang lại niềm vui cho cuộc sống nghiêm túc của ma kết, đồng thời ma kết giúp nhân mã tạo nền tảng và định hướng cho chính mình. Tuy nhiên, nhân mã thấy khó giải quyết được thái độ keo kiệt của ma kết đối với tiền bạc.

Nhân Mã và Bảo Bình

Sự kết hợp này tạo nên một sự kết hợp bận rộn và náo nhiệt. Cả hai bạn đều độc lập, thích du lịch và có sở thích chung xen kẽ với những cuộc phiêu lưu riêng biệt. Điều này có thể sẽ bao gồm cả những tình cảm ngoài rìa, nhưng sự không chung thủy của nhau chỉ làm tăng thêm gia vị cho mối quan hệ vui vẻ và tự do này.

Nhân Mã và Song Ngư

Các bạn đều bồn chồn và lý tưởng trong tình yêu, nhưng lại có những nhu cầu tình cảm trái ngược nhau. Nhân mã cần nhiều không gian để thở trong một mối quan hệ, trong khi song ngư luôn khao khát nhận được hỗ trợ và trấn an. Nhân mã có xu hướng chà đạp lên những cảm xúc dịu dàng của song ngư. Sự phụ thuộc và sự bất an của song ngư sẽ làm nhân mã kiệt sức hoặc đẩy nhân mã ra xa. Sự kết hợp này sẽ hiệu quả hơn nếu sun sign của venus nhân mã là Bọ Cạp và/hoặc sun sign của venus song ngư là Bạch Dương.

Phần 10 Venus Capricorn Ma Kết.

Kiểm soát hết nửa kia, làm được không

Nên nhớ: bạn có thể thuộc cung Song Ngư nhưng Venus Tình Yêu lại là Venus Ma Kết. Đọc kĩ đầu chương

Ma Kết Venus là người có trách nhiệm và muốn được kiểm soát. Họ gây ấn tượng với mọi người bằng sự hóm hỉnh, sự tập trung vào mục tiêu và sự thông minh của họ. Họ luôn muốn có một sự dự đoán nhất định đối với các mối quan hệ tình cảm. Điều này phù hợp với tính cách thận trọng của họ.

Họ thích ở một mình, đó là một phần nét quyến rũ của họ. Hành vi cô độc này thu hút nhiều người khác giới khi họ bị thu hút bởi sự "ngầu" này của Venus Ma Kết. Họ không biểu cảm hay thể hiện nhiều về tình yêu, và nửa kia của họ có thể ước họ đừng thực tế quá như vậy. Người Venus Ma Kết không được đánh giá là người ấm áp hay là người hay ngẫu hứng trong tình yêu. Trên thực tế, họ có thể rất lãng mạn và mong muốn có ai đó chia sẻ cuộc sống của mình. Cách họ xuất hiện với người khác là rất quan trọng đối với họ.

Venus Ma Kết bị thu hút bởi những người nghiêm túc và có mục tiêu. Họ săn sàng cam kết và khá bảo thủ. Họ có thể hơi nhút nhát nhưng họ không muốn ai biết điều đó. Họ lên kế hoạch cho mọi thứ. Và họ rất lý tưởng đối với những người yêu muốn tìm kiếm sự an toàn trong mối quan hệ và muốn biết xem mối quan hệ sẽ đi đến đâu. Venus Ma Kết rất tôn trọng và cố gắng hết sức để không làm tổn thương bạn đời của mình. Họ khó có thể buông bỏ sự phòng thủ nhưng khi điều đó xảy ra, họ lại rất ấm áp và dịu dàng.

Venus Ma Kết thể hiện cảm xúc và tình cảm của mình thông qua hành động hơn là lời nói. Những người tình nồng nhiệt có thể thu hút đối với họ nhưng đồng thời cũng có thể làm họ sợ hãi. Họ có rất nhiều thứ dành cho những ai sẵn sàng chấp nhận thử thách để làm quen với họ.

Venus Ma Kết cần của cải vật chất và địa vị để cảm thấy an toàn và yên tâm. Họ có thể chọn kết hôn với một người có địa vị cao hơn. Họ dè dặt ở nơi công cộng nhưng có thể khá tình cảm ở nơi riêng tư. Họ trung thành với những người họ yêu thương và sống theo trách nhiệm của mình. Họ có thể tìm kiếm một người có cùng tham vọng với họ để xây dựng đế chế cá nhân của riêng họ. Họ hơi cổ điển và họ không muốn gì hơn ngoài việc ổn định cuộc sống và có một gia đình để cùng già đi.

Trong tình bạn, Venus Ma Kết luôn muốn giúp đỡ bạn bè của mình thành công trên thế giới. Họ đáng tin cậy và mong muốn bạn bè của họ cũng có trách nhiệm như họ. Họ có thể phải trải qua những cơn u sầu, vì vậy điều quan trọng là họ phải có những người bạn sẵn sàng chung tay khi điều này xảy ra.

Venus Ma Kết có tài tìm kiếm những mối quan hệ hợp tác tốt. Trong mọi lĩnh vực, họ có ý thức về những thứ truyền thống và họ muốn để lại di sản trong bất cứ lĩnh vực nào họ chọn tham gia.

Mọi người bị thu hút bởi Venus Ma Kết bởi vì ở họ có điều gì đó rất có hồn. Điều này càng trở nên hấp dẫn hơn vì sự bí ẩn được tạo ra bởi việc họ bảo vệ chặt chẽ quyền riêng tư của mình. Họ không chỉ ngồi lại và xem, họ còn đứng dậy và làm. Họ thu hút được sự tôn trọng và toát lên phẩm giá. Họ trung thành và không dễ bị lay chuyển.

Đối với Venus Ma Kết tình yêu đích thực rất khó tìm. Họ không tôn trọng bất cứ điều gì (hoặc bất cứ ai) quá dễ dàng đạt được. Đấu tranh, hy sinh và trả nợ ân tình là những gì họ mong đợi từ cuộc sống, tình yêu và hôn nhân.

Làm sao để chiếm cảm tình của người Venus Ma Kết. Venus Ma Kết muốn một người mà họ có thể tin cậy dù có chuyện gì xảy ra. Họ muốn một người giỏi ở một khía cạnh nào đó. Họ ngưỡng mộ những người chăm chỉ và tháo vát.

Để chiếm cảm tình của Venus Ma Kết, bạn cần gây ấn tượng với sao Kim Ma Kết bằng những mục tiêu, tham vọng và thành công của bạn. Họ bị thu hút bởi một người có động lực và đam mê với sự nghiệp. Bạn nên nói về những thành tích mà bạn tự hào hoặc những mục tiêu mà bạn mong muốn đạt được.

Bạn nên cho họ thấy rằng bạn là người có trách nhiệm và đáng tin cậy. Sao Kim ở Ma Kết thường yêu một người trưởng thành, có năng lực. Ngay sau khi họ nhắn tin cho bạn, hãy nhắn lại cho họ và hỏi xem họ thế nào. Nếu bạn hẹn nhau đi uống cà phê, hãy đến đúng giờ hoặc thậm chí sớm vài phút để thể hiện rằng bạn coi trọng họ và thời gian của họ. Sao Kim Ma Kết cũng đánh giá cao vẻ ngoài thông minh, ăn mặc lịch sự.

Bạn nên chứng tỏ rằng bạn nghiêm túc và sẵn sàng gắn bó lâu dài. Một khi bạn đã thu hút được sự quan tâm của sao Kim trong Ma Kết, hãy cho họ thấy rằng bạn muốn tìm hiểu sâu hơn cùng họ. Hỏi họ về gia đình, những hy vọng và nỗi sợ hãi của họ cũng như điều gì khiến họ thỏa mãn. Việc thể hiện sự quan tâm thực sự đến sao Kim ở Ma Kết sẽ cho họ biết rằng bạn sẵn sàng tiến xa cùng họ, điều này giúp phá vỡ những bức tường bảo vệ của họ. Khi bạn và sao Kim ở Ma Kết tiếp tục cởi mở, hãy nói rõ về cảm xúc của mình.

Venus Ma Kết có chung thủy không

Tình yêu và hôn nhân, đối với Venus Ma Kết không nhất thiết phải đi cùng nhau. Chỉ vì họ yêu một ai đó không có nghĩa là họ sẽ vội vàng kết hôn với người đó. Khi kết hôn, họ phải tính đến những yếu tố kém lãng mạn khác như vật chất, địa vị xã hội và thăng tiến trong sự nghiệp. Điều này nghe có vẻ lạnh lùng và tính toán nhưng nó hoàn toàn có ý nghĩa đối với Venus Ma Kết. Bạn có thể tham khảo phụ lục 1 để biết cách giữ chân Ma Kết

Họ tiếp cận hôn nhân như một khoản đầu tư dài hạn và rất coi trọng lời thề của mình - và mong muốn vợ/chồng của họ cũng làm như vậy. Chung thủy và đáng tin cậy (họ ghét thất hứa hoặc bội ước), nếu mối quan hệ gặp phải khó khăn, họ sẵn sàng dành thời gian và công sức để giải quyết chứ không bỏ chạy. Trừ hai ngoại lệ: họ sẽ bỏ nếu nửa kia trở thành kẻ đáng khinh bỉ của xã hội, hoặc người đã phá sản nhưng nhụt chí, bê tha không có khả năng vụt dậy(cho dù Venus Ma Kết có cố giúp).

Lưu ý: nếu bạn đọc về Venus Ma Kết mà thấy không đúng hoàn toàn, thì có thể bạn là Venus lai chứ không phải thuần. Đọc kĩ đầu chương.

Sự tương tác giữa Venus Ma Kết và các venus khác khi yêu: cái này chỉ mang tính tham khảo

Ma Kết và Bạch Dương

Các bạn đều là những người có tính cạnh tranh, thích bận rộn và vượt qua thử thách, nhưng các bạn lại có tính khí trái ngược nhau. Ma kết là kiểu người im lặng, nghiêm túc, trong khi bạch dương lại là người thích biểu tình và bốc đồng. Xung đột cũng có thể nảy sinh về tiền bạc – ma kết muốn tiết kiệm và bạch dương muốn tiêu nó.

Ma Kết và Kim Ngưu

Đây là sự kết hợp giữa trần tục và gợi cảm. Cả hai bạn đều rất thận trọng khi yêu, nhưng nếu các bạn có thể đến được với nhau thì điều này có tiềm năng cho một mối quan hệ lâu dài. (Hãy cẩn thận, đừng trở nên tự mãn và mắc kẹt trong lối mòn.) Cả hai bạn đều thích những cử chỉ âu yếm đơn giản, chẳng hạn như một bó hoa hoặc một bữa ăn tự nấu.

Ma Kết và Song Tử

Hai bạn có thể có những mục đích khác nhau trong tình yêu. Ma kết cần sự an toàn và ổn định; song tử muốn sự đa dạng và thay đổi liên tục. Ma kết có thể thầm ngưỡng mộ cách tiếp cận cuộc sống vô tư của song tử, nhưng nó cũng có thể khiến ma kết khó chịu. Để mối quan hệ này có kết quả, ma kết sẽ cần rất nhiều sự bao dung và thấu hiểu.

Ma Kết và Cự Giải

Hai bạn hoàn toàn đối lập nhau - và đó chính là điểm thu hút. Với sự nuôi dưỡng cẩn thận, mối quan hệ này có thể giúp cả hai bạn cân bằng. Ma kết giúp đối tác của mình trở nên tự tin và tự chủ hơn, đồng thời cự giải giúp ma kết tiếp xúc với cảm xúc và trí tưởng tượng của mình. Mặc dù vậy, có thể có vài va chạm trên con đường tình yêu!

Ma Kết và Sư Tử

Đây là một cặp đôi sành điệu (cả kiêu hãnh, đầy tham vọng và chung thủy) và toát lên sự thành công và tự tin, nhưng ai cũng muốn dẫn dắt mối quan hệ. Cả hai bạn không thể lúc nào cũng làm ông chủ được. Với một số sự cho và nhận, điều này có thể hiệu quả, nhưng các bạn cần học nghệ thuật thỏa hiệp nhẹ nhàng.

Ma Kết và Xử Nữ

Các bạn cảm thấy vô cùng thoải mái với nhau và có chung nhu cầu về an toàn vật chất. Cả hai bạn đều đang tìm kiếm một mối quan hệ lâu dài và có nhiều điểm chung, nhưng các bạn có thể đang củng cố những nỗi ám ảnh của nhau. Hãy đảm bảo rằng các bạn không trở thành người nghiện công việc và có thời gian để vui chơi. Các bạn nên dành thời gian để khám phá những sở thích chung như tập thể dục, làm vườn và đọc sách.

Ma Kết và Thiên Bình

Cả hai bạn đều thích có công việc tốt, đồ ăn tốt, giải trí tốt. Thiên bình nâng tầm hình ảnh của cuộc sống trong mắt ma kết. Ma kết khiến thiên bình thoát khỏi cảm giác tự mãn. Tuy rằng ma kết ngưỡng mộ đầy những sự xuất hiện đầy phong cách của thiên bình, nhưng ma kết có thể thấy nhu cầu phải thường xuyên ở bên nhau của thiên bình thật mệt mỏi.

Ma Kết và Bọ Cạp

Cả hai bạn đều rất coi trọng mối quan hệ và sẵn sàng nỗ lực để giải quyết mọi vấn đề. Khi đoàn kết lại, các bạn có thể hoàn thành những nhiệm vụ lớn lao. Ma kết khó có thể hiểu được những thăng trầm trong cảm xúc của bọ cạp, nhưng sự ổn định và đáng tin cậy của ma kết có thể giúp bọ cạp xoa dịu tâm trạng ủ rũ.

Ma Kết và Nhân Mã

Ma kết cần sự ổn định và cam kết, đồng thời nhân mã khao khát sự phấn khích và tự do - nhưng nếu các bạn tập trung vào những lợi ích tích cực thì điều đó có thể phát huy tác dụng. Bản chất lạc quan của nhân mã nâng cao tinh thần của ma kết và mang lại niềm vui cho cuộc sống nghiêm túc của ma kết, đồng thời ma kết giúp tạo nền tảng cho nhân mã và định hướng cho nhân mã. Nhưng ma kết bất ngờ trước sự xa hoa và thái độ "bất cứ điều gì sai sẽ tự khắc phục" của nhân mã.

Ma Kết và Ma Kết

Các bạn tạo nên một cặp đôi bảo thủ, cả hai bạn đều tin vào giá trị và truyền thống của hôn nhân. Các bạn làm việc tốt như một nhóm có chung sở thích và cùng nhau khao khát một lối sống thành công và giàu có. Tuy nhiên, mối quan hệ có thể trở nên trì trệ vì cả hai bạn đều tránh đề cập đến các vấn đề tình cảm.

Ma Kết và Bảo Bình

Mối quan hệ này có thể là một thành công hoàn toàn hoặc một thảm họa tuyệt đối. Nếu sun sign của venus ma kết là Bảo Bình, nó có thể tốt đẹp khi mà ma kết cố gắng có được sự độc lập trong một mối quan hệ ổn định. Nhưng nếu sun sign của venus ma kết cũng là Ma Kết, ma kết có thể quá nghiêm túc và bảo thủ đối với người bạn đời tự do của mình.

Ma Kết và Song Ngư

Mối quan hệ này sẽ tốt đẹp nếu các bạn có thể giúp củng cố những điểm yếu cố hữu của nhau, để ma kết trở nên nhạy cảm và trực quan hơn, đồng thời song ngư trở nên có tổ chức và ổn định hơn về mặt cảm xúc. Hãy cẩn thận để thái độ yêu đương thẳng thắn của ma kết không làm tổn thương trái tim dịu dàng và lãng mạn của song ngư.

Phần 11 Venus Aquarius Bảo Bình.

Kẻ nổi loạn nhưng vẫn được ưa thích

Nên nhớ: bạn có thể thuộc cung Ma Kết nhưng Venus Tình Yêu lại là Venus Bảo Bình. Đọc kĩ đầu chương

Venus Bảo Bình có tư tưởng cởi mở và có tầm nhìn hướng tới tương lai. Họ muốn được nhìn nhận là những kẻ nổi loạn, độc đáo và có thể hơi ưa khiêu khích. Họ không thích tình yêu kiểu truyền thống. Họ bị thu hút bởi những mối quan hệ độc đáo; càng khác thường thì càng tốt. Họ không muốn tuân theo các quy tắc, nhưng cũng không ngại tạo ra một số quy tắc của riêng mình. Họ thân thiện với mọi người, nhưng không phải ai cũng nhận được sự quan tâm từ Venus Bảo Bình. Nhìn chung, họ nổi tiếng và được nhiều người yêu thích, đồng thời tính cách của họ khá sống động.

Venus Bảo Bình không thích những giới hạn và có thể tỏ ra khá lạnh lùng, hờ hững. Họ có thể hơi tách biệt trong một mối quan hệ. Họ muốn được người khác yêu thương và công nhận bởi trí tuệ và tầm nhìn của họ. Họ thích những những người bạn đời, người mà cũng là người bạn tốt của họ và họ không thích thể hiện cảm xúc hay sự tức giận ở nơi công cộng. Họ sẽ rất vui khi có gắng gây sốc cho bạn bằng những thói quen khác thường hoặc lối suy nghĩ tiến bộ của họ. Họ thường hẹn hò với nhiều kiểu người khác nhau, bất kể quy ước xã hội hay áp lực từ bạn bè.

Họ muốn người khác cho họ biết họ thú vị như thế nào. Mặc dù họ dễ dàng phải lòng nhưng tình yêu đích thực có thể khó khăn hơn một chút. Một khi họ cam kết, họ sẽ bám sát và tuân thủ nó. Họ có thể cảm thấy hơi ngột ngạt nếu nửa kia hay đeo bám. Họ sẽ thoải mái khi thỉnh thoảng họ có được một chút không gian. Họ làm việc hiệu quả nhất với người không phán xét những ý tưởng kỳ quặc của họ và có thể cũng khác thường như họ.

Với tư cách là một người bạn, họ có thể là thành viên của nhiều nhóm hoặc câu lạc bộ. Họ cảm thấy hoạt động tích cực ở những nơi họ có thể gặp gỡ nhiều người họ thích, nhưng về mặt cảm xúc, họ hơi cô độc, vì vậy Venus Bảo Bình có thể thỏa hiệp và ở một mình ở một địa điểm đông đúc. Điều này giúp xoa dịu những người cần sự cân bằng và có thể cần thiết với những người lập dị hoặc cô đơn. Venus Bảo Bình đối xử với tất cả họ bằng sự tôn trọng như nhau.

Về mặt sáng tạo, Venus Bảo Bình đi trước đám đông một bước. Nguồn cảm hứng của họ vẫn chưa được hiểu rõ, nhưng đến một lúc nào đó, họ sẽ chuyển hướng sang một điều gì đó rất mới mẻ.

Những người Venus Bảo Bình thường được chú ý vì họ khác thường. Họ đứng lên bảo vệ những người yếu thế và mọi người tôn trọng họ vì điều này, đặc biệt vì họ không quan tâm điều đó sẽ ảnh hưởng đến họ như thế nào. Venus Bảo Bình không chỉ trích và họ không khơi dậy những tổn thương từ sâu thẳm trong trái tim. Bạn sẽ không bao giờ cảm thấy nhàm chán khi ở bên cạnh họ do tính cách hay tự phát của họ.

Những người bị Venus Bảo Bình thu hút là những người có thể sánh ngang với họ về mặt trí tuệ. Bạn nên cho phép họ có đủ tự do để đi chơi đêm với bạn bè nhưng vẫn có thể là người bạn thân nhất của họ. Hôn nhân có thể không phải là niềm vui của họ cho đến khi họ có thời gian để khám phá.

Venus Bảo Bình rất tò mò và họ thích thú với sự kích thích trí tuệ từ nửa kia của mình. Họ không thích sự trì trệ và họ có khả năng đặc biệt là có thể lùi một bước, nhìn lại và có cái nhìn mới về tình huống của mình. Trong khi những người khác coi họ là những người có thể làm mọi thứ trở nên yên bình, họ không ngại gây ra một chút tranh cãi để khiến mọi việc trở nên thú vị.

Làm sao chiếm cảm tình Venus Bảo Bình nam. Bạn nên tham gia vào vòng kết nối bạn bè của anh ấy. Đối với Venus Bảo Bình, tình bạn có giá trị hơn là sự lãng mạn. Hãy thực hiện mọi việc một cách chậm rãi để xây dựng niềm tin của anh ấy và cho anh ấy thấy rằng bạn sẽ là một người bạn đời tốt nhất và một người yêu tuyệt vời. Hãy ở bên anh ấy, thực hiện lời hứa của bạn, nhắn cho anh ấy những tin nhắn hài hước và tập trung vào việc vui vẻ cùng nhau. Hãy cố gắng kết bạn với anh ấy trước khi bắt đầu bất cứ điều gì nghiêm túc hơn. Ngay cả khi bạn đã phải lòng anh ấy, điều quan trọng là lúc đầu bạn phải đối xử với anh ấy như bất kỳ người bạn nào khác.

Bạn nên thể hiện phong cách thời trang độc đáo của bạn. Càng khác thường thì càng tốt. Sao Kim Bảo Bình cũng có gu thời trang kỳ quặc, vì vậy anh ấy muốn thấy bạn trông tự tin và mặc những bộ trang phục khiến bạn nổi bật giữa đám đông.

Bạn nên thể hiện sự quan tâm đến sở thích của anh ấy. Anh ấy đang tìm kiếm một người chấp nhận anh ấy và những đam mê đa dạng của anh ấy. Bạn nên củng cố tình cảm của bạn với người đàn ông sao Kim trong Bảo Bình bằng cách tìm hiểu về sở thích của anh ấy. Một khi bạn biết anh ấy thích gì, hãy tham gia và tự mình thử những sở thích đó. Anh ấy sẽ cảm thấy thoải mái hơn khi ở bên một người nỗ lực hiểu và trân trọng lối sống của anh ấy. Venus Bảo Bình cần cảm thấy cá tính của mình không chỉ được duy trì mà còn được nâng cao trong một mối quan hệ.

Bạn nên nói về sự theo đuổi sáng tạo của bạn. Những người giàu trí tưởng tượng này muốn một đối tác có suy nghĩ sáng tạo. Sao Kim Bảo Bình coi trọng sự tự do suy nghĩ và thể hiện sự sáng tạo, vì vậy hãy nói với anh ấy về bất kỳ sở thích nghệ thuật nào mà bạn có và để trí tưởng tượng của bạn được phát huy khi ở bên nhau.

Một nửa kia tiềm năng có thể xinh đẹp nhưng nếu Venus Bảo Bình không thể nói chuyện với họ thì Venus Bảo Bình sẽ sớm mất hứng thú. Cuộc trò chuyện thông minh là điểm thu hút lớn nhất của anh chàng thông minh này. Đưa ra những chủ đề yêu thích của anh ấy, nói chuyện cởi mở về ý tưởng của bạn và là một người biết lắng nghe tận tâm để kích thích tâm trí bận rộn của anh ấy. Sao Kim Bảo Bình là một trong những cung có thể tìm thấy tình yêu trên mạng vì họ có thể có nhiều mối quan hệ trong đầu. Đối với họ, một tinh thần năng động quan trọng hơn một cơ thể vật chất.

Đàn ông venus Bảo Bình thường bị thu hút bởi một đối tác ăn nói lưu loát, có chủ nghĩa cá nhân. Họ đánh giá cao một đối tác có trí tuệ thông minh, lý tưởng nhân đạo và ý thức mạnh mẽ về bản sắc riêng của mình.

Làm anh ấy ngạc nhiên. Hãy nhắn tin cho anh ấy vào những thời điểm ngẫu nhiên trong ngày khi bạn có tâm trạng và cố gắng làm anh ấy nhiên bằng một món quà nhỏ hoặc lời mời đi chơi bất chợt. Hãy nhắn cho anh ấy những điều như "Tôi vừa nghe một bài hát hay trên youtube và nghĩ đến bạn. Đường liên kết đây!" Quà tặng không nên quá xa hoa

Thay vì tỏ tình và nói với anh ấy rằng bạn phải lòng, hãy để anh ấy tự mình tìm hiểu. Hãy mơ hồ về tình cảm của bạn dành cho anh ấy và tỏ ra bình tĩnh. Điều này có vẻ kỳ lạ, nhưng bạn càng ít quan tâm đến anh ấy thì anh ấy sẽ càng trở nên quan tâm hơn. Sao Kim Bảo Bình cũng có thể có tính cách xa cách nên hành vi này sẽ thu hút anh ấy. Thỉnh thoảng, khi anh ấy hỏi một câu hỏi, hãy trả lời bằng "Tôi sẽ kể cho bạn sau - đó là một bí mật! "

Giữ mọi thứ không có kịch tính. Các chàng trai sao Kim ở Bảo Bình gặp khó khăn trong việc xử lý cảm xúc. Khi bạn vẫn đang tìm hiểu nhau, hãy tập trung vào những chủ đề đơn giản và vui vẻ mà anh ấy có thể vui vẻ trò chuyện. Hãy giữ thái độ tích cực, đi theo dòng chảy và nhận tín hiệu từ anh ấy.

Bạn nên trở nên độc lập. Nếu bạn tỏ ra quá cần anh ấy, điều này không hấp dẫn với anh ấy. Hãy tiếp tục theo đuổi sở thích của riêng mình và đừng ngại yêu cầu một chút thời gian ở một mình để làm việc riêng của mình.

Hãy là con người đích thực của bạn. Sao Kim ở Bảo Bình hướng tới sự độc đáo. Xuất thân và địa vị xã hội không quan trọng đối với người lập dị này; anh ấy muốn biết về mọi thứ khiến bạn trở nên độc đáo! Hãy cho anh ấy thấy rằng bạn tự hào về con người của mình và sao Kim Bảo Bình sẽ không thể cưỡng lại được bạn.

Venus Bảo Bình có chung thủy không

Bảo Bình sao Kim là những người chung thủy khi nửa kia của họ vừa là người yêu vừa là một người   bạn và hai người hỗ trợ lẫn nhau. Venus Bảo Bình muốn được yêu thương hơn là bị nửa kia sở hữu và được tôn trọng hơn là được nửa kia quý mến. Nếu nửa kia có hành vi ghen tuông muốn chiếm hữu Venus Bảo Bình, điều này có thể hạ nhiệt tình yêu của họ.

Sao Kim Bảo Bình là những người bạn đời chung thủy và luôn giúp đỡ bạn đời. Venus Bảo Bình không thích kịch tính nên sẽ không thích những chuyện như bắt cá hai tay, lừa dối bạn tình. Nếu hết yêu, họ sẽ nói và sau khi chia tay họ vẫn muốn tiếp tục làm bạn

Lưu ý: nếu bạn đọc về Venus Bảo Bình mà thấy không đúng hoàn toàn, thì có thể bạn là Venus lai chứ không phải thuần. Đọc kĩ đầu chương.

Khi vợ bạn ngoại tình với một người đàn ông, cách hay nhất để trả thù anh ấy là cho luôn vợ bạn cho anh ấy(Sacha Guitry)

Sự tương thích của Venus Bảo Bình và các venus khác khi yêu: cái này chỉ mang tính tham khảo

Bảo Bình và Bạch Dương

Bạch dương bị mê hoặc bởi cách làm việc độc đáo của bảo bình và bảo bình ngưỡng mộ nghị lực cũng như sự nhiệt tình của bạch dương. Cả hai bạn đều coi trọng sự độc lập và sự tự do đến và đi tùy ý. Miễn là có đủ thứ để gắn kết các bạn lại với nhau (chẳng hạn như sở thích và lý tưởng chung), điều này có thể dẫn đến một mối quan hệ hạnh phúc dù không nhất thiết phải là vợ chồng.

Bảo Bình và Kim Ngưu

Kim ngưu muốn có một mối quan hệ ổn định, thông thường nhằm nâng cao sự an toàn về cá nhân và vật chất của kim ngưu. Bảo bình muốn có một mối quan hệ hợp tác tiến bộ nhằm nâng cao sự tự do và cá tính của mình - và cả hai sẽ khó khớp được với nhau! Để mối quan hệ này có hiệu quả, cả hai bạn cần phải thích nghi và linh hoạt hơn.

Bảo Bình và Song Tử

Mối quan hệ này tốt đẹp và thường dựa trên một tình bạn bền chặt. Bị hấp dẫn bởi nhau (song tử ngưỡng mộ bản chất khó đoán của bảo bình và bảo bình thấy song tử hóm hỉnh và thú vị), cả hai bạn đều rơi vào những cuộc tranh cãi tinh thần và những cuộc phiêu lưu tự phát. Mối quan hệ này không quá sâu sắc và ý nghĩa nhưng mối quan hệ không bao giờ buồn tẻ.

Bảo Bình và Cự Giải

Mỗi bạn đều yêu cầu những điều khác nhau trong một mối quan hệ. Bảo bình muốn tự do và đa dạng, còn cự giải cần sự an toàn và cam kết. bảo bình dung lý trí và cự giải dùng con tim, điều này có thể dẫn đến các vấn đề trong giao tiếp. Nếu sun sign của venus bảo bình là Song Ngư và/hoặc sun sign của venus cự giải là song tử thì sẽ có cơ hội thành công cao hơn.

Bảo Bình và Sư Tử

Các bạn rất khác nhau (Bảo Bình và Sư Tử là hai thái cực đối lập nhau) nhưng có nhiều điều để cống hiến cho nhau. Bảo bình bị thu hút bởi bản chất trung thành và hào phóng của sư tử và sư tử thấy bảo bình là người đồng hành thú vị, về mặt trí tuệ và xã hội. Nhưng sư tử muốn trở thành ông chủ trong khi bảo bình muốn có một mối quan hệ hợp tác bình đẳng, và tính chiếm hữu của sư tử có thể hạn chế phong cách tự do của bảo bình.

Bảo Bình và Xử Nữ

Không có nhiều điểm chung để giữ hai bạn lại với nhau, vì vậy việc ghép đôi này thường là trường hợp 'hôm nay ở đây, ngày mai đi'. Bảo bình quá phóng túng so với sự truyền thống của xư nữ, còn xử nữ thì nhạy cảm và tận tâm hơn so với bảo bình. Nếu sun sign của venus bảo bình là Ma Kết và/hoặc sun sign của venus xử nữ là Thiên Bình thì sẽ có khả năng mối quan hệ dài lâu hơn.

Bảo Bình và Thiên Bình

Các bạn có nhiều điểm chung. Cả hai bạn đều thích những cuộc trò chuyện sôi nổi và đời sống xã hội đa dạng, đồng thời hai bạn đều đánh giá cao việc theo đuổi trí tuệ và những quan niệm trái ngược nhau. Với sự tương hợp về tinh thần, sự kết hợp này thường tạo nên một mối quan hệ bền vững – mặc dù xu hướng hẹn hò lãng mạn thường xuyên của thiên bình có thể khiến bảo bình lạnh nhạt.

Bảo Bình và Bọ Cạp

Các bạn có những cách tiếp cận tình yêu trái ngược nhau. Bọ cạp thích trở nên cực kỳ gần gũi và thân mật, trong khi bảo bình lại thích giữ khoảng cách về mặt cảm xúc. Điều này có thể dẫn đến những nhu cầu không được đáp ứng và sự oán giận từ cả hai phía, vì bảo bình thấy bọ cạp ngột ngạt và bọ cạp thấy bảo bình quá tách biệt. Tuy nhiên, các bạn có một điểm chung - cả hai đều rất bướng bỉnh!

Bảo Bình và Nhân Mã

Các bạn tạo nên một sự kết hợp bận rộn và náo nhiệt. Cả hai bạn đều độc lập, thích du lịch và có chung sở thích xen kẽ với những cuộc phiêu lưu riêng biệt. Điều này có thể sẽ bao gồm cả những mối tình ngoài rìa, nhưng sự không chung thủy của nhau chỉ làm tăng thêm gia vị cho mối quan hệ vui vẻ và tự do này.

Bảo Bình và Ma Kết

Đây là một sự thành công hoàn toàn hoặc là một thảm họa tuyệt đối. Nếu sun sign của venus bảo bình là Ma Kết, mối quan hệ sẽ tốt đẹp khi venus bảo bình cố gắng có được sự độc lập trong một mối quan hệ ổn định. Nhưng nếu sun sign của venus bảo bình lại là Bảo Bình, bảo bình có thể thấy đối tác bảo thủ của mình không thể đáp ứng được sở thích lập dị và không chính thống của mình.

Bảo Bình và Bảo Bình

Mối quan hệ này thường phát triển từ tình bạn bình thường. Trước hết là bạn thân và sau đó là người yêu, các bạn thích nói chuyện với nhau, trao đổi ý tưởng và thảo luận về tình hình thế giới cũng như tương lai của thế giới. Cả hai bạn đều cảm thấy khó có thể chung thủy 100% nhưng vẫn cam kết chắc chắn về tương lai của sự kết hợp độc đáo này.

Bảo Bình và Song Ngư

Bảo bình phát triển mạnh về không gian cảm xúc và thảo luận khách quan, trong khi song ngư khao khát sự gần gũi về mặt cảm xúc và sự chìm đắm chủ quan. Điều này có thể dẫn tới nhiều vấn đề – bảo bình thấy song ngư bám víu và lệ thuộc; và song ngư thấy bảo bình quá lạnh lùng và tách biệt.

Nếu sun sign của venus bảo bình là Song Ngư và/hoặc sun sign của venus song ngư là Bảo Bình thì sẽ có nhiều cơ hội có được một mối quan hệ viên mãn hơn.

Nếu sun sign của venus bảo bình là Song Ngư và/hoặc sun sign của venus song ngư là Bảo Bình thì sẽ có nhiều cơ hội có được một mối quan hệ viên mãn hơn.

Phần 12 Venus Pisces Song Ngư.

Tránh bị lợi dụng, dễ hay khó

Nên nhớ: bạn có thể thuộc cung Bảo Bình nhưng Venus Tình Yêu lại là Venus Song Ngư. Đọc kĩ đầu chương

Song Ngư Venus là một người có những nét mơ mộng, quyến rũ một cách nhẹ nhàng. Họ có khả năng tán tỉnh một cách dịu dàng, hấp dẫn… họ có thể tỏ ra vui tươi với một chút ủ rũ và có thể hơi khác thường. Họ lãng mạn và thích cảm nhận mối quan hệ bằng những lời lẽ êm đềm. Họ có thể rất nhạy cảm, và điều này có thể hơi khó chịu vì họ không chỉ nhạy cảm với bạn đời của mình mà còn đối với tất cả mọi người.

Venus Song Ngư thích sống trong một thế giới giả tưởng hơn (đặc biệt nếu Sun sign cũng là Song Ngư). Họ mơ về tình yêu lý tưởng và hạnh phúc vợ chồng vĩnh cửu. Rồi khi cuộc sống thực tế làm họ thất vọng cay đắng - sớm hay muộn - họ sụp đổ. Họ cần biết kết hợp thực tế và lý tưởng.

Venus Song Ngư muốn bạn đời của mình biết rằng họ yêu thương vô điều kiện. Họ không quan tâm đến địa vị; họ chỉ quan tâm đến những gì bên trong. Họ bị thu hút bởi những người cần giúp đỡ, đến mức họ có thể bị thu hút rất nhiều bởi nỗi đau khổ của một người hoặc những tình huống cần một chút hi sinh. Họ thích cứu người và họ thích trở thành người được cứu. Họ cảm thấy khó khi phải cam kết điều gì, ngay cả khi họ muốn.

Người Venus Song Ngư thích sự lãng mạn và dịu dàng. Họ không phải là người đáng tin cậy nhất, nhưng hãy nhớ rằng nếu họ phóng đại sự thật một chút thì thường là vì họ sợ làm bạn tổn thương. Hãy cố gắng thấu hiểu họ, mặc dù điều này đôi khi có thể khó khăn vì không phải lúc nào họ cũng hiểu được chính mình. Đôi khi họ thực sự thích bị hiểu lầm.

Venus Song Ngư giàu lòng nhân ái và nhạy cảm. Trong tình yêu nhưng họ có khiếu hài hước nhưng lại thường xuyên phải chịu đựng những thăng trầm trong tâm trạng. Họ không thích những người có tính cách cay nghiệt hoặc thô lỗ. Nếu bạn tra từ điển từ "đăm chiêu", sẽ có định nghĩa chính xác về Venus Song Ngư. Họ rất muốn kết nối với nửa kia nhưng thật khó để họ trở nên thoải mái và chú ý vào mối tình này. Họ thích sự tự do… họ không thích bị ràng buộc bởi những lịch trình và nhiệm vụ. Họ có thể gặp khó khăn khi nói không với mọi người.

Người Venus Song Ngư có thể thay đổi và có thể xuất hiện hoàn toàn khác với những người khác nhau. Họ có khả năng nắm bắt cảm xúc của người khác và có thể thích nghi để phù hợp với nhu cầu của những người xung quanh.

Venus Song Ngư có khả năng hiểu mọi người và tha thứ cho họ, bất kể vì điều gì. Họ khó có thể xác định những ranh giới xung quanh mình. Họ có xu hướng bị lợi dụng vì lòng hiếu khách và sự đồng cảm. Họ thường cảm thấy cô đơn hoặc thất vọng trừ khi họ nhận được một sự thể hiện rất rõ ràng và dứt khoát về tình yêu và tình cảm. Họ sợ bị tổn thương và có thể ngại bày tỏ cảm xúc của mình. Điều quan trọng là Venus Song Ngư phải học cách tự bảo vệ mình.

Trong tình bạn, họ sẽ hết lòng vì một người bạn hoặc bất kỳ ai cần giúp đỡ. Họ là những người lắng nghe chu đáo và có thể đồng cảm với mọi tình huống. Họ có thể quá quan tâm đến cảm xúc của người khác. Điều quan trọng là họ phải tránh xa những người khiến họ kiệt sức về mặt cảm xúc.

Người Venus Song Ngư rất thành công khi làm việc với các chủ đề huyền bí, như tiền kiếp, giấc mơ hay điều huyền bí. Họ là những diễn viên bẩm sinh vì họ có thể dễ dàng nắm bắt được cảm xúc của người khác.

Sao Kim ở cung Song Ngư có nét huyền bí và hấp dẫn. **Làm sao chiếm cảm tình Venus Song Ngư**, bạn cần phải chủ động thực hiện những bước đầu tiên. Hãy trở nên trìu mến và thể hiện cảm xúc yêu thương, đồng thời luôn nhạy cảm và dịu dàng, lịch thiệp.

Hãy thực hiện bước đầu tiên và thành thật về cảm xúc của bạn. Điều quan trọng cần nhớ là họ có thể chần chừ và chờ đợi bạn chủ động trong chuyện tình cảm. Họ thường bị thu hút bởi những người không ngại tiếp cận họ và thổ lộ tình cảm của mình. Do đó hãy tiến lên và nói cho họ biết cảm giác của bạn để chiếm được trái tim họ.

Họ muốn đầu tư vào cảm xúc trong chuyện tình ái. Bạn nên thể hiện sự nhạy cảm và đồng cảm với cảm xúc của họ. Venus Song Ngư có cảm xúc mãnh liệt và có xu hướng tìm kiếm tình yêu với những đối tác cố gắng hiểu họ ở mức độ sâu sắc hơn. Tích cực lắng nghe khi họ muốn nói về cảm xúc của mình và cho họ thấy rằng họ có thể tin tưởng bạn về bất cứ điều gì. Đừng gạt bỏ cảm xúc của họ hoặc phớt lờ khi họ đang nói chuyện; họ cần một người bạn đời thực sự quan tâm đến cảm xúc của họ. Điều quan trọng nữa là phải cởi mở với Venus Song Ngư và thể hiện sự dễ bị tổn thương. Hãy nỗ lực xây dựng sự thân mật về mặt tình cảm với họ và mối quan hệ của bạn chắc chắn sẽ thành công.

Bạn nên tìm những cách sáng tạo để cho họ thấy bạn yêu họ đến mức nào. Những người có sao Kim ở vị trí Song Ngư khao khát tình cảm. Bạn nên thu hút tinh thần sáng tạo của họ; họ yêu thích bất cứ thứ gì mang tính nghệ thuật, giàu trí tưởng tượng và hay thay đổi. Vì vậy, hãy thử sử dụng khả năng sáng tạo của riêng bạn để thu hút họ! một bài thơ tình cũng có thể khiến họ vui vẻ.

Venus này luôn theo đuổi những người có vẻ cần được cứu vì Venus Song Ngư bị thu hút bởi những người đang đau khổ và nghĩ rằng họ có thể cứu những người này. Bạn có thể tham khảo phụ lục 1 để biết thêm phương pháp này

Venus Song Ngư có chung thủy không

Những người thuộc sao Kim trong Song Ngư là những người không chỉ chung thủy trong các mối quan hệ mà tình yêu của họ còn vị tha và vô điều kiện. Những người này yêu một cách bất chấp và yêu một cách thoải mái, họ không quan trọng địa vị của bạn trong xã hội hay những thú vui vật chất mà bạn có thể mang lại cho họ. Họ sẽ yêu bạn vì chính con người bạn và dường như luôn bị thu hút bởi những người kém cỏi và những cá nhân cần giúp đỡ trong việc tìm lại chính mình. Khi mối quan hệ trục trặc, chính Venus Song Ngư mới là người cần được giải cứu và giúp đỡ

Lưu ý: nếu bạn đọc về Venus Song Ngư mà thấy không đúng hoàn toàn, thì có thể bạn là Venus lai chứ không phải thuần. Đọc kĩ đầu chương.

Khi vợ bạn ngoại tình với một người đàn ông, cách hay nhất để trả thù anh ấy là cho luôn vợ bạn cho anh ấy (Sacha Guitry)

Sự tương thích giữa Venus Song Ngư và các venus khác khi yêu: cái này chỉ mang tính tham khảo

Song Ngư và Bạch Dương

Mối quan hệ này có thể tốt đẹp (đặc biệt nếu sun sign của venus song ngư là Bạch Dương và/hoặc sun sign của venus bạch dương là cung Song Ngư). Song ngư vừa lãng mạn vừa lý tưởng trong tình yêu, song ngư ngưỡng mộ sự tự tin của bạch dương và bạch dương ngưỡng mộ sự sáng tạo của song ngư. Nhưng sự thẳng thắn thô lỗ của bạch dương có thể dễ dàng làm tổn thương trái tim nhạy cảm và dễ bị tổn thương của song ngư.

Song Ngư và Kim Ngưu

Đây là sự kết hợp nhẹ nhàng và gợi cảm. Song ngư ngưỡng mộ sự ổn định về cảm xúc và khả năng thực tế của kim ngưu, đồng thời kim ngưu bị thu hút bởi tâm hồn nhân ái và lãng mạn của song ngư. Song ngư giúp kim ngưu tiếp xúc nhiều hơn với cảm xúc của mình và kim ngưu giúp song ngư cảm thấy vững vàng hơn trong thế giới vật chất. Các bạn có chung tình yêu với hoa, âm nhạc và những bữa tối yên tĩnh dưới ánh nến.

Song Ngư và Song Tử

Các bạn có những cách tiếp cận tình yêu trái ngược nhau (cảm xúc thuần khiết và logic thuần túy) nên mối quan hệ này thường tuân theo một trong hai kịch bản. Các bạn trôi dạt cùng nhau, tình cờ gặp, yêu nhau và hiểu lầm, rồi chia xa. Hoặc các bạn vẫn ở bên nhau - vẫn chưa bao giờ hoàn toàn hiểu nhau - nhưng cả hai đều đủ khả năng thích nghi để dung hòa những khác biệt.

Song Ngư và Cự Giải

Đây là một cặp đôi mềm mỏng, đa cảm! Những bữa tối dưới ánh nến, những
bức thư tình, những bộ phim lãng mạn – càng ủy mị và đa cảm thì càng tốt.
Cả hai bạn đều có mức độ cảm xúc cao và nhạy cảm với tâm trạng của nhau.
Song ngư có thể thấy cự giải phòng vệ quá mức và cự giải thấy song ngư
không đáng tin cậy, nhưng sự kết hợp này thường tốt đẹp.

Song Ngư và Sư Tử

Các bạn tạo nên một mối quan hệ hợp tác rất sáng tạo và thường thấy giữa
các diễn viên, nghệ sĩ, nhà văn và nhạc sĩ. Cả hai bạn đều là những người lý
tưởng trong tình yêu và thường có những tuyên bố lãng mạn cũng như những
cử chỉ ngông cuồng. Song ngư liên tục gây ngạc nhiên và truyền cảm hứng
cho sư tử, trong khi sư tử mang đến cho song ngư sự tự tin và định hướng.

Song Ngư và Xử Nữ

Song ngư thiên về cảm xúc và xử nữ thiên về logic, vì vậy sự kết hợp này có
thể dẫn đến sự mê hoặc lẫn nhau - và hiểu lầm. Song ngư ngạc nhiên trước
tính kỷ luật và khả năng hoàn thành công việc của xử nữ, trong khi xử nữ bị
thu hút bởi trí óc sáng tạo và không giới hạn của song ngư. Nhưng sau một
thời gian, song ngư cảm thấy nhàm chán với các quy tắc và thời gian biểu của
 xử nữ và chuyển sang tự do ở nơi khác.

Song Ngư và Thiên Bình

Hai bạn đều giỏi về chuyện tình cảm – thư tình, hoa, đi dạo dưới ánh trăng và
tán tỉnh lãng mạn. Cả hai bạn đều không giỏi xử lý những vấn đề thực tế của
một mối quan hệ lâu dài - như đưa ra những quyết định chắc chắn. Sẽ rất hữu
ích nếu sun sign của venus song ngư là Ma Kết và/hoặc sun sign của venus
thiên bình là Xử Nữ.

Song Ngư và Bọ Cạp

Sự kết hợp này tạo nên một mối quan hệ tương thích và tận tâm. Vừa nhạy cảm vừa hòa hợp về mặt cảm xúc, các bạn cùng nhau đạt đến mức độ trao đổi cảm xúc sâu sắc. Tuy nhiên, không phải mọi chuyện đều thuận buồm xuôi gió – song ngư khó chịu vì sự bồn chồn và thiếu tập trung của bọ cạp, đồng thời tính chiếm hữu của bọ cạp có thể khiến song ngư sợ hãi và bất an.

Song Ngư và Nhân Mã

Hai bạn đều là những kẻ lang thang không ngừng nghỉ, nhưng các bạn có những nhu cầu tình cảm trái ngược nhau. Nhân mã cần nhiều không gian để thở trong một mối quan hệ, trong khi song ngư luôn khao khát nhận được được hỗ trợ và trấn an. Song ngư thấy những lời nhận xét thẳng thừng của nhân mã là thiếu tế nhị, trong khi nhân mã thấy sự phụ thuộc của song ngư làm họ mệt mỏi. Sự kết hợp này hiệu quả hơn nếu sun sign của venus song ngư là Bạch Dương và/hoặc sun sign của venus nhân mã là Bọ Cạp.

Song Ngư và Ma Kết

Sự hợp tác này sẽ phát huy tác dụng nếu các bạn có thể giúp khắc phục những điểm yếu cố hữu của nhau, để song ngư trở nên có tổ chức và ổn định hơn, đồng thời ma kết trở nên nhạy cảm và trực quan hơn. Song ngư nên cẩn thận, đừng nên chỉ ngồi yên và để ma kết dẫn dắt tất cả, tổ chức và hướng dẫn bạn vượt qua những khó khăn của cuộc sống.

Song Ngư và Bảo Bình

Song ngư khao khát sự gần gũi về mặt cảm xúc và đắm chìm vào tưởng tượng chủ quan, trong khi bảo bình phát triển mạnh về không gian cảm xúc và suy nghĩ khách quan hơn. Điều này có thể dẫn đến nhiều vấn đề – song ngư thấy bảo bình quá lạnh lùng và tách biệt, còn bảo bình thấy song ngư quá bám víu và phụ thuộc. Nếu sun sign của venus song ngư là Bảo Bình và/hoặc sun sign của venus bảo bình là cung Song Ngư thì sẽ có nhiều cơ hội có được một mối quan hệ viên mãn hơn.

Song Ngư và Song Ngư

Các bạn tạo nên một sự kết hợp rất lãng mạn và sáng tạo, mạnh mẽ về mặt cảm xúc nhưng lại yếu về thực tế. Cuộc sống gia đình của các bạn hỗn loạn và các bạn có thể không thanh toán các hóa đơn đúng hạn, nhưng các bạn cùng nhau tận hưởng một cuộc sống tưởng tượng phong phú và trọn vẹn. Mối quan hệ này sẽ tồn tại tốt hơn trong nếu ít nhất một trong hai bạn có sun sign hoặc mars sign thuộc cung đất (Kim Ngưu, Xử Nữ hoặc Ma Kết).

Người tình lý tưởng của các Venus là ai.

Venus Bạch Dương: một người có thể theo kịp phong cách sống, yêu đương mãnh liệt của bạch dương.

Venus Kim Ngưu: người trầm tính, biết quan tâm, không quá ồn ào, năng nổ, người khiến kim ngưu sống một cuộc sống thoải mái.

Venus Xử Nữ: một người yêu kiên nhẫn, thay vì người bồn chồn chà đạp lên sự nhạy cảm của xử nữ.

Venus Song Tử: Song Tử là người vui vẻ, vui tươi, vì vậy Song Tử bị thu hút bởi những người có cùng năng lượng vui vẻ.

Venus Cự Giải: một người cần đến cự giải, một người coi trọng gia đình

Venus Sư Tử: một người hài hước, hấp dẫn, thú vị và ngưỡng mộ sư tử một cách cuồng nhiệt.

Venus Thiên Bình: thiên bình bị thu hút bởi những đối tác duyên dáng và ngoại giao vì thiên bình luôn muốn một mối quan hệ hài hòa, cân bằng.

Venus Bọ Cạp: một người mạnh mẽ và có vẻ ngoài bí ẩn.

Venus Nhân Mã: một người cho Nhân Mã không gian riêng. Nhân mã thích tự do và một đối tác yêu tự do ngang bằng ở bên cạnh mình. Nếu bạn phù có thể phù hợp với tâm trạng của nhân mã, nhân mã sẽ không chán bạn

Venus Ma Kết: một người đầy tham vọng và chung thủy.

Venus Bảo Bình: một người có cá tính kỳ quặc theo phong cách riêng. Bảo bình tìm kiếm một mối quan hệ trí tuệ, một người có thể cùng bảo bình thực hiện những chuyến hành trình trí tuệ.

Venus Song Ngư: song ngư yêu vô điều kiện. nhưng họ bị hấp dẫn bởi những người cần sự giúp đỡ.

Chương 2 Mars Sign. Ngày sinh nói gì về khả năng phòng the của bạn

Kính thưa quý đọc giải.

Chúng tôi xin nhắc lại là Sun sign(tính cách chung) chỉ là một trong 12 loại cung: : *Moon Signs, Rising Signs, Venus Love Signs, Mercury Signs,* **Mars Signs**, *Jupiter Signs, Saturn Signs, Uranus Signs, Neptune Signs, Pluto Signs, Asteroid Signs, Midheaven Signs*

Nếu ở chương trước, **Venus Love Signs** nói về tình yêu và sự lãng mạn, thì ở chương này, **Mars Signs** nói về cách tiếp cận tình dục. Thưa thật với các bạn, xuất tinh sớm nhiều khi chưa phải do bệnh lý. Do vợ muốn mạnh bạo, bùng nổ, còn chồng muốn từ từ, nhẹ nhàng. Sự không đồng điệu dẫn tới đi lệch hướng. Rồi các bạn cũng biết khả năng tình dục của đàn ông bị tác động bởi bản năng và thói quen. Nếu cứ không đồng điệu dẫn đến xuất tinh sớm như thế sẽ hình thành thói quen xuất tinh sớm. Vậy xuất sớm ở đây là dó thói quen gây ra chứ đâu phải do bệnh lý.

Có một số người đàn ông (Mars Song Ngư) chỉ có thể thăng hoa với người mình thực sự yêu. Tôi biết một người đàn ông Mars Song Ngư 38 tuổi mới lấy vợ, 32 tuổi mới bắt đầu yêu. Và trước 30 tuổi, anh ta thường xuyên tìm gái bán hoa để giải quyết. Nhưng anh ta không thể thăng hoa với gái bán hoa, nên dó đó hình thành thói quen xuất sớm.

Có một số người (Mars Song Tử) sau một thời gian thăng hoa với vợ/ chồng của mình thì họ lại muốn những cái mới như: chỗ ngủ mới, mùi hương mới, thói quen mới… thì họ mới tiếp tục thăng hoa được. Nếu không họ dễ chán và khi không thể tiếp tục thăng hoa họ dễ hình thành thói quen xuất sớm.

Khả năng chăn gối của một người chịu ảnh hưởng bởi phong cách tình dục của người đó và sự hòa hợp vợ chồng chứ chưa hoàn toàn do sinh lý. Vậy để biết phong cách của bạn thế nào, sự hòa hợp của bạn với vợ/chồng ra sao, mời bạn tìm hiểu về Mars sign.

Không giống như Sun Sign là hiện thân của năng lượng sáng tạo, Mars Sign thể hiện năng lượng thô trong con người bạn. Từ những cung trong chương này, bạn có thể nhìn thấy năng lượng thô bên trong con người bạn, từ đó suy diễn ra khả năng tình dục của bạn. Vì đây là mô tả về tình dục nên chúng tôi không thể mô tả một cách quá thô thiển và trực tiếp.

Bạn có thể kiểm tra Mars Sign của mình ở đây:

https://cafeastrology.com/whats-my-mars-sign.html

hoặc vào google gõ: Mars Sign calculator và tra ngày tháng năm sinh. **Lưu ý tìm web tiếng Anh chứ tiếng Việt bạn sẽ tìm không ra nhé.**

Và thêm một lưu ý nữa. Nếu bạn đọc về Mars của mình mà thấy chỉ đúng 1 phần, **không đúng hoàn toàn** thì khả năng Mars của bạn không phải là Mars thuần. Tức là ngày sinh của bạn lai giữa hai cung Mars. Ví dụ 60% Mars bảo Bình, 40% Mars Song Ngư như trường hợp sau:

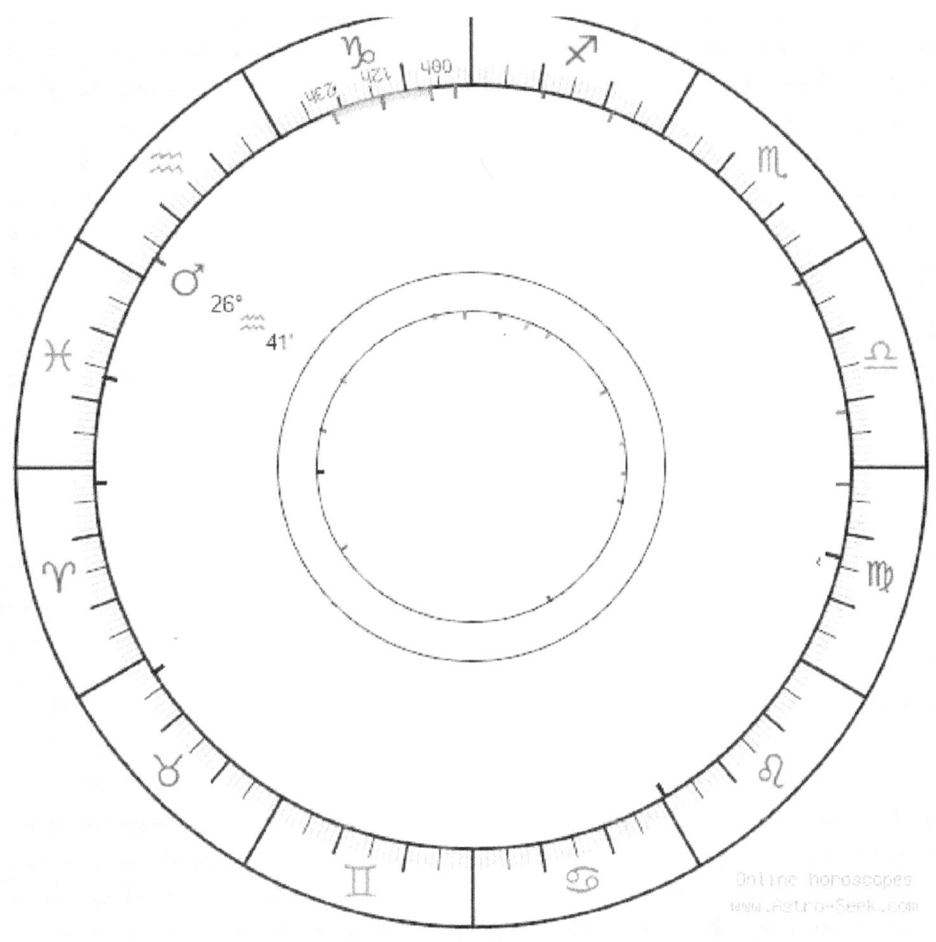

Các bạn thấy ở hình trên biểu tượng Mars ♂ không nằm chính giữa Bảo Bình ♒ mà nằm lệch xuống Song Ngư ♓. Nếu nằm chính giữa Bảo Bình ♒ thì là Mars Bảo Bình thuần.

Vậy để chính xác hơn bạn có thể vào link sau. Chú ý biểu tượng Mars ♂ các bạn nhé. Biểu tượng các cung: ♈ Bạch Dương, ♉ Kim Ngưu, ♊ Song Tử, ♋ Cự Giải, ♌ Sư Tử, ♍ Xử Nữ, ♎ Thiên Bình, ♏ Bọ Cạp, ♐ Nhân Mã, ♑ Ma Kết, ♒ Bảo Bình, ♓ Song Ngư

https://horoscopes.astro-seek.com/birth-chart-horoscope-online

Hoặc các bạn có thể vào google gõ: zodiac calculator, **vô web tiếng Anh.**

Phần 1: Mars Aries Bạch Dương.

Bùng lên nhanh chóng, nhưng làm sao giữ lửa

Nên nhớ: bạn có thể thuộc cung Bảo Bình nhưng Mars lại là Mars Bạch Dương. Đọc kĩ đầu chương

Từ khóa: Đột ngột, Quả quyết, Cạnh tranh, Mạnh mẽ, Tự Phát, Nóng tính, Thô lỗ, Liều lĩnh, Không thể quản lý được, Chưa tinh tế

Mars Bạch Dương là người bốc đồng. Cảm xúc của họ như cơn giận, bùng lên nhanh chóng nhưng không kéo dài quá lâu. Họ không giữ cái cảm xúc hận thù hay oán giận đó. Khi họ chú ý đến trực giác của mình, họ sẽ đưa ra những quyết định đúng đắn và hoàn thành công việc một cách nhanh chóng. Họ thường không chú ý đến ý kiến đóng góp của người khác. Họ hành động rất tựphát.

Mars Bạch Dương thường đi trước những người khác. Họ cảm thấy bồn chồn nếu cuộc sống trở nên có thể đoán trước được. Họ thích những ý tưởng mới mẻ. Thử thách là tách trà của họ. Họ có thể rất thú vị trong một mối quan hệ, nhưng họ di chuyển quá nhanh nên khó có thể theo kịp. Phần khó khăn với Mars Bạch Dương là duy trì sự nhiệt tình của họ.

Mars Bạch Dương cáu kỉnh với những người vòng vo và với những người hành động chậm. Họ có thể thô lỗ và thiếu kiên nhẫn. Họ có thể tự mình làm việc và tốt nhất là đừng ai cản trở họ. Họ không thích sự can thiệp hay phản đối, và họ có tố chất lãnh đạo bẩm sinh. Họ có thể đòi hỏi về mặt cảm xúc. Họ
táo bạo và can đảm, và nếu gặp trở ngại trên đường đi, họ càng quyết tâm hơn trong việc đạt được mục tiêu.

Về mặt tiêu cực, Mars Bạch Dương có thể thiếu kỷ luật và kiên nhẫn. Họ có thể phải trải qua một số va chạm mạnh để học được tính tự chủ và khiêm tốn. Họ có thể hung hăng một cách công khai và có thể dễ gặp tai nạn. Về mặt tốt, bạn luôn biết mình đang đứng ở đâu với Mars Bạch Dương. Họ rất táo bạo, họ có thể bỏ rơi bạn trong khi bạn vẫn đang cố gắng tìm hiểu chuyện gì đang xảy ra.

Họ đam mê mục tiêu, cuộc sống và tình yêu. Họ không quá trìu mến và có thể hơi ích kỷ, nhưng họ rất năng động và vui tươi. Họ rất mạnh mẽ, nhưng có thể thiếu kiên nhẫn với nửa kia của mình. Họ thích bắt tay ngay vào hành động thay vì tạo nên từng khoảnh khắc đẹp. Họ có thể rất xúc động. Thỏa hiệp không phải là điểm mạnh của họ và họ có thể rất khắt khe trong một mối quan hệ.

Mars Bạch Dương thích sự cạnh tranh và sẽ say sưa với cuộc chiến, nhưng ngay sau khi nó kết thúc, nó sẽ bị lãng quên và họ sẵn sàng chuyển sang điều thú vị tiếp theo. Họ tìm cách làm những điều vĩ đại nhưng thường không dành thời gian để chuẩn bị. Họ có thể làm tốt trong quân đội nếu giữ được sự tập trung. Họ sẽ cho đi tất cả cho đến khi không còn gì để cho nữa. Không hề sợ hãi và rất dũng cảm, Mars Bạch Dương lao vào nơi mà những người khác sợ phải đặt chân tới.

Mars Bạch Dương có ham muốn tình dục mạnh mẽ. Họ thích theo đuổi, nhưng nếu nửa kia của họ nhượng bộ quá dễ dàng, họ có thể mất hứng thú. Họ thích mạo hiểm trong các mối quan hệ, chẳng hạn như chọn một nơi mà họ có thể bị bắt vì làm tình. Họ cũng thích các trò chơi. Họ rất cởi mở và vui tươi, điều này có thể khiến họ rất vui vẻ và chắc chắn họ không gặp khó khăn gì khi cho bạn biết nhu cầu của họ. Mars Bạch Dương có thể không quá nhạy cảm với đối tác của họ. Họ thực sự không thích thú với sự khiêu gợi; họ thích bắt tay vào hành động hơn. Mối quan hệ lâu dài có thể là một chút thách thức.

Họ là đứa trẻ hoang dã và tiếp cận việc ân ái với vận tốc của một cơn bão. Ham muốn tình dục của họ là nguyên thủy bị kích thích rất nhanh. Đột ngột, nhanh chóng và thường xuyên là cách họ chọn. Ở đây, không có chỗ cho sự rụt rè hoặc lúng túng. Họ có thể thiếu chuẩn bị, nhưng họ sẽ bù đắp bằng sự nhiệt tình và năng lượng tràn trề. Họ có thể rất ích kỷ - quá bận tâm đến việc tự thỏa mãn bản thân - và vô cảm trước những nhu cầu tinh tế và tế nhị hơn của người khác.

Họ thăng hoa khi nắm quyền dẫn dắt, không bị cản trở và có đất diễn và tìm được đối tác có thể bắt kịp họ.

Xét về tình dục, Mars Bạch Dương có chung thủy không. Thực ra họ sẽ chung thủy, nhưng chỉ khi họ có một sự ràng buộc, cam kết thực sự với bạn tình. Có thể gian nan để thuyết phục họ bước vào sự ràng buộc này, nhưng sau khi điều đó diễn ra, họ sẽ ở bên cạnh bạn dù có khó khăn gì đi chăng nữa.

Lưu ý: nếu bạn đọc về Mars Bạch Dương mà thấy không đúng hoàn toàn, thì có thể bạn là Mars lai chứ không phải thuần. Đọc kĩ đầu chương.

Mars Bạch dương thích người thẳng thắn, không vòng vo, tự tin và dám thể hiện. Những người nhạy cảm ,nhút nhát không hấp dẫn với bạch dương. **Đời sống tình dục của Mars Bạch Dương với bạn đời là:**

Mars Bạch Dương:mọi lúc mọi nơi. Coi chừng mệt mỏi.

Mars Kim Ngưu: Bạch Dương muốn hài lòng ngay lập tức trong khi Kim Ngưu muốn từ từ tận hưởng. Từ từ sẽ tìm được sự hòa hợp.

Mars Song Tử: Nhanh chóng, dữ dội và không phức tạp là cách Bạch Dương tiếp cận. Cả hai đều bị kích thích rất nhanh. Những cuộc phiêu lưu tự phát sẽ gây phấn khích.

Mars Cự Giải: Bạch Dương muốn pháo hoa nổ, nhưng cự giải muốn được xoa bóp và âu yếm nhẹ nhàng. Nếu Bạch Dương kích hoạt Cự Giải nhiều hơn hoặc Cự Giải làm nửa kia chậm lại, thì sẽ tốt hơn.

Mars Sư Tử: hòa hợp ngay lập tức, bốc lửa, đam mê. Tuy nhiên, về lâu dài, Bạch Dương cần đáp ứng nhu cầu của Sư Tử về sự quan tâm thường xuyên và sự chung thủy tuyệt đối.

Mars Xử Nữ: Xử Nữ sẽ làm giảm ham muốn của Bạch Dương. Bạch Dương cảm thấy như bị họ chặn họng. Sự kết hợp này không mấy hoàn hảo.

Mars Thiên Bình: Bạch Dương nên cẩn thận. Phong cách hung hãn của Bạch Dương có thể khiến Thiên Bình(tinh tế) sợ hãi. Một bên làm chủ, một bên muốn làm hài lòng đối phương.

Mars Bọ Cạp: sự kết hợp này mãnh liệt, nguyên sơ và nồng nàn. Nhưng cuối cùng thì Bọ Cạp có phần phức tạp và đen tối so với nhu cầu cơ bản và tức thời của Bạch Dương.

Mars Nhân Mã: cả hai có thể tạo nên sự kích thích. Nhân Mã sẽ chịu đựng sự hách dịch của bạn trong một thời gian - và rồi một ngày họ sẽ khó chịu

Mars Ma Kết: có một chút vấn đề xuất hiện. Bạch Dương thấy Ma Kết quá dễ đoán và Ma Kết thấy Bạch Dương quá khó kiểm soát.

Mars Bảo Bình: Bạch Dương bị kích thích bởi các hoạt động tình dục không chính thống của Bảo Bình và Bảo Bình thích cách Bạch Dương chơi bất cứ thứ gì.

Mars Song Ngư: Sự kết hợp này hiệu quả nhất khi Bạch Dương chủ động và Song Ngư đóng vai trò phục tùng. Nhưng về lâu dài Song Ngư có thể quá thụ động để thỏa mãn Bạch Dương.

Phần 2 Mars Taurus Kim Ngưu.

Thích chiếm hữu, nên hay không

Nên nhớ: bạn có thể thuộc cung Nhân Mã nhưng Mars lại là Mars Kim Ngưu. Đọc kĩ đầu chương

Từ khóa: Bền bỉ, Tham, Bình tĩnh, Thụ động, Kỷ luật, Trì hoãn, Đầu tư, Ít vận động, Cứng rắn, Chậm

Mars Kim Ngưu tập trung vào mục tiêu của họ, bất kể phải mất bao lâu. Dễ gần và điềm tĩnh, Mars Kim Ngưu có thể nổi cơn thịnh nộ khi bị khiêu khích vượt quá sức chịu đựng của họ. Thông thường, họ là hình ảnh của sức mạnh và sự ổn định. Họ thích cảm giác an toàn và thích sưu tầm tài sản cá nhân. Mars Kim Ngưu không ngại làm việc để đạt được điều mình muốn và họ có sự tập trung và kiên nhẫn để đạt được điều đó.

Mars Kim Ngưu làm tốt khi không tham gia vào quá nhiều dự án hơn mức họ có thể xử lý. Rất khó để khiến họ thay đổi ý định một khi đã quyết định. Khả năng thích ứng không phải là điểm mạnh của họ. Tương tự như vậy, nếu bạn đang vội, điều đó sẽ không thành vấn đề với họ. Họ không cảm thấy cần phải thay đổi tốc độ trừ khi đó là trường hợp khẩn cấp thực sự.

Mars Kim Ngưu rất đáng tin cậy và có thể dựa dẫm. Họ thực tế và có sức chịu đựng tuyệt vời. Họ có thể bướng bỉnh, điều này có thể khiến mọi người xung quanh khó chịu. Điều này đôi khi khiến người xung quanh nghĩ họ non nớt ở một mức độ nào đó. Họ thích xây dựng mọi thứ, trau dồi nghệ thuật hoặc tận hưởng những thú vui bằng mọi giác quan. Họ có thể hay ghen vì họ coi nửa kia chỉ thuộc về họ. Sự chiếm hữu là quan trọng đối với họ.

Mars Kim Ngưu mãnh liệt và không ảo tưởng. Họ thể hiện một bầu không khí tự tin. Sự trung thực của họ mang lại cho họ sự chính trực tuyệt vời. Họ nổi trội trong bất cứ lĩnh vực nào đòi hỏi sự cống hiến và kỷ luật.

Trong mối quan hệ, Mars Kim Ngưu khá quy củ và thẳng thắn. Họ ổn định về mặt cảm xúc và trung thành đến cùng. Họ tìm kiếm sự hài lòng, của cả chính họ và đối tác của họ. Họ thích sự thoải mái về thể chất và mang điều đó vào các mối quan hệ của họ. Mối quan hệ thể xác rất quan trọng đối với Mars Kim

Ngưu. Họ không phức tạp hóa mọi thứ bằng sự tưởng tượng, họ chỉ dành thời gian cho nó. Màn dạo đầu được tạo ra bởi Mars Kim Ngưu. Họ có thể rất ghen tị nếu tưởng tượng có người khác quan tâm đến bạn đời của họ. Họ sẽ rất khó khăn nếu bị từ chối quan hệ tình dục trong một thời gian dài… họ coi điều đó là cần thiết như hít thở hay ăn uống, những điều mà họ cũng tận hưởng tối đa. Họ cần một nửa kia sẵn sàng thư giãn và tận hưởng.

Mars Kim Ngưu thích đi theo dòng chảy hơn là chống lại dòng chảy. Họ có năng khiếu bẩm sinh trong việc chế tạo những thứ có chất lượng cao và họ có thể kiếm sống tốt từ những nỗ lực đó.

Kiên nhẫn và kỹ lưỡng, họ thích làm hài lòng đối tác của mình và thể hiện sức chịu đựng, sức bền và khả năng tự chủ tuyệt vời trên giườ
ng.
Họ không cần những thói quen kỳ quặc hoặc các kỹ thuật phức tạp để kích thích ham muốn của họ. Tuy nhiên họ rất bướng bỉnh và khó bảo và bảo thủ khi thử những cái mới.

Họ thăng hoa khi mọi thứ chậm rãi, an toàn, ổn định; khi mọi thứ nằm trong tầm kiểm soát của họ và khi đối tác ổn định, nhất quán trong thói quen. Họ thăng hoa khi tất cả giác quan được thỏa mãn: da được tiếp xúc, mắt nhìn thấy, mũi ngửi mùi hương…Họ hướng đến chất lượng hơn số lượng.

Xét về tình dục, Mars Kim Ngưu có chung thủy không. Họ cũng có lòng trung thành với nửa kia và muốn sự ổn định trong mối quan hệ của họ. Họ mong muốn dành một thời gian dài với nửa kia của họ.

Lưu ý: nếu bạn đọc về Mars Kim Ngưu mà thấy không đúng hoàn toàn, thì có thể bạn là Mars lai chứ không phải thuần. Đọc kĩ đầu chương.

Mars Kim Ngưu thích những đối tác chu đáo, ổn định và trung thực. **Đời sống tình dục của Mars Kim Ngưu với bạn đời là:**

Mars Bạch Dương: Bạch Dương muốn mạnh bạo, còn Kim Ngưu muốn từtừ tận hưởng. Từ từ rồi sẽ hòa hợp

Mars Kim Ngưu: sự hợp tác này lâu dài và bền vững. Cả hai đều thích nhiều thời gian cho màn dạo đầu, sau đó là sự chậm rãi và ổn định có thể kéo dài hàng giờ.

Mars Song Tử: khởi đầu tốt đẹp, nhưng kết thúc không mấy hài lòng. Bạn muốn nhịp điệu chậm rãi, ổn định còn Song Tử có thể muốn nhanh hơn.

Mars Cự Giải: cả hai đều muốn sự nhẹ nhàng, thoải mái, thỏa mãn sâu sắc. Các bạn rất quan tâm đến nhu cầu và sở thích của nhau

Mars Sư Tử: sự kết hợp này hoặc hài lòng tuyệt đối hoặc hoàn toàn không hài lòng. Có thể sẽ có một số sự tranh cãi giữa hai bạn.

Mars Xử Nữ: sự kết hợp này lành mạnh, và không phức tạp. Lời khuyên là hãy tắm rửa sạch sẽ và ăn uống đầy đủ trước đó, vì cả hai bạn đều không làm tốt khi đói

Mars Thiên Bình: nếu kiên trì, nỗ lực thì cả hai sẽ hạnh phúc. Cả hai bạn đều thích chuẩn bị kỹ lưỡng và tạo ra bầu không khí thẩm mỹ, gợi cảm cho phòng ngủ

Mars Bọ Cạp: sự kết hợp đầy sức mạnh. Sự thực tế của Kim Ngưu mang lại sự cân bằng hoàn hảo cho cách tiếp cận tình dục đầy cảm xúc và ám ảnh của Bọ Cạp.

Mars Nhân Mã: có sự không thoải mái ở đây. Lúc đầu, Kim Ngưu thấy Nhân Mã đầy kích thích nhưng sau đó Nhân Mã sự không kiên định. Kim Ngưu thích chậm rãi, đều đặn, trong khi Nhân Mã thỉnh thoảng lại tìm cách giải quyết nhanh chóng.

Mars Ma Kết: sự kết hợp này đáng tin cậy nhưng sau đó có thể trở nên nhạt nhẽo và đơn điệu. Tuy nhiên, nhìn chung sự kết hợp này thú vị và bền vững

Mars Bảo Bình: Kim Ngưu không thấy thư giãn, thoải mái bên Bảo Bình. Bảo Bình khiến Kim Ngưu thấy bất an, bồn chồn. Kim Ngưu lo lắng tự hỏi tư thế mới của Bảo Bình sẽ là gì. Kim Ngưu quá điềm tĩnh đối với Bảo Bình, còn Bảo Bình quá lý trí, khó đoán đối với Kim Ngưu.

Mars Song Ngư: kết hợp này đầy gợi cảm và lãng mạn. Cả hai bạn đều nhạy cảm với nhu cầu của đối phương và rất sẵn lòng làm hài lòng nhau.

Phần 3 Mars Gemini Song Tử.

Dễ chán, làm sao vượt qua

Nên nhớ: bạn có thể thuộc cung Cự Giải nhưng Mars lại là Mars Song Tử. Đọc kĩ đầu chương

Từ khóa: Thử nghiệm, Hối hả bận rộn , Linh hoạt, Không thực tế, Vui tươi, Dễ cáu bẳn, Tháo vát, Thất thường, Thình lình, Không tập trung

Mars cung Song Tử có thể không tập trung. Họ dễ cảm thấy nhàm chán nên cần thay đổi nhịp độ thường xuyên. Khi chán nản, họ cảm thấy kiệt sức. Mặt khác, nếu họ quan tâm thì không gì có thể ngăn cản được họ! Họ có niềm đam mê với ngôn từ và khá thành thạo trong việc sử dụng chúng như một vũ khí. Họ là những người tranh luận giỏi và thích tranh luận. Họ phát triển mạnh trong môi trường bận rộn, tràn đầy năng lượng, nơi mọi thứ luôn trong trạng thái thay đổi liên tục.

Mars Song Tử có thể bồn chồn do dư thừa năng lượng. Họ có khả năng thích nghi và yêu thích sự thay đổi. Họ có thể đảm nhận rất nhiều dự án cùng một lúc. Họ sử dụng tay khéo léo và có thể chơi nhạc cụ, chơi trò chơi điện tử hoặc chế tạo đồ vật. Nếu họ có thể tập trung, họ có thể hoàn thành được nhiều việc. Mars Song Tử có khiếu châm biếm, và châm biếm là một tài năng đối với họ. Họ hơi thất thường và không quá thực tế.

Họ có thể trở thành nhà báo, nhà phê bình, giáo viên hoặc nhà văn giỏi. Họ có đầu óc phản biện, năng động và có xu hướng đi theo nhiều hướng cùng một lúc. Họ thích những cuộc thi trí tuệ. Mars Song Tử rất giỏi nói chuyện. Họ luôn tìm kiếm những cuộc phiêu lưu mới và những hình thức kích thích tinh thần mới. Họ rất hòa đồng và thích quen nhiều người hơn là một tình bạn sâu sắc. Họ luôn cởi mở với những trải nghiệm mới, vì vậy họ có thể thêm một số điều vào danh sách "đã từng" của họ.

Mars Song Tử là người giàu trí tưởng tượng và sáng tạo. Họ không bao giờ nhàm chán trong một mối quan hệ. Họ xem tâm trí mình là vùng để kích thích tình dục và một trong những cách tốt nhất để thu hút họ là kích thích tinh thần của họ.

Song tử tâm trí lanh lợi và khả năng tình dục rất nhanh nhẹn và khó có thể xác định được. Họ thay đổi và linh hoạt. Họ có trí tưởng tượng phong phú và không bao giờ nhàm chán trên giường.

Họ chỉ có thể thăng hoa khi mọi thứ (giường, mùi hương, thói quen....) luôn luôn được thay mới và khi gặp đối tác linh hoạt có thể theo kịp thói quen thay đổi liên tục của họ

Xét về tình dục Mars Song Tử có chung thủy hay không. Họ thích thử những điều mới và thích được thực nghiệm. Họ có thể không phải lúc nào cũng chung thủy… việc thử một điều gì đó mới mẻ là quá hấp dẫn. Tình một đêm có thể đến với Mars Song Tử một cách dễ dàng. Tình dục không có ý nghĩa tuyệt đối đối với họ; nó chỉ là một hoạt động vui chơi mà thôi. Họ nhiệt tình và tò mò về mọi thứ nên họ sẽ thử bất cứ thứ gì một lần, dù có kỳ lạ đến đâu. Những mối quan hệ lãng mạn có thể hơi hời hợt đối với họ và họ thích tán tỉnh. Bởi vì họ rất dễ chán nên nếu muốn khiến Mars Song Tử hứng thú, bạn phải sẵn sàng sáng tạo và thú vị. Họ nhận được nhiều niềm vui từ sự kích thích tinh thần cũng như sự tiếp xúc cơ thể. Văn học khiêu dâm và chuyện chăn gối chắc chắn sẽ khiến họ thích thú. Chúng có thể hơi căng thẳng và đòi hỏi nhiều sự chú ý.

Lưu ý: nếu bạn đọc về Mars Song Tử mà thấy không đúng hoàn toàn, thì có thể bạn là Mars lai chứ không phải thuần. Đọc kĩ đầu chương.

Mars Song Tử thích những điều mới mẻ nên Song Tử muốn nửa kia chia sẻ sở thích này với họ. Mars song thử thích những người sôi nổi, vui tươi, có thể đáp lại một cách khéo léo những chiêu mới của họ. **Đời sống tình dục của Mars Song Tử với bạn đời là:**

Mars Bạch Dương: cả hai bạn đều bị kích thích rất nhanh. Những cuộc phiêu lưu tự phát sẽ gây phấn khích. Bạch Dương thích một sự thật là Song Tử rất cởi mở với những gợi ý. Bạch Dương dẫn dắt và Song Tử sẽ sẵn lòng đi theo

Mars Kim Ngưu: khởi đầu tốt đẹp, kết thúc không mấy hài lòng. Kim Ngưu muốn chậm rãi, ổn định, nhiều cái ôm, còn Song Tử có thể kết thúc nhanh hơn. Kim Ngưu muốn Song Tử phải chung thủy.

Mars Song Tử: Có thể có rất nhiều hứng thú và năng lượng giữa hai người. Xung đột có thể đến từ việc họ cùng nhau vượt khỏi tầm kiểm soát. Nhưng xung đột có thể không kéo dài.

Mars Cự Giải: Cự Giải quá thất thường và dễ xúc động đối với Song Tử, còn Song Tử lại quá bồn chồn và dễ thay đổi so với Cự Giải. Và Cự Giải bực tức với phong cách của Song Tử: thực hiện một thói quen và thay đổi nó. Cự giải không tìm thấy sự an toàn và thoải mái

Mars Sư Tử: cả hai thích sự sôi nổi và vui tươi. Cả hai đều rất sáng tạo khi đề cập đến những cái mới lạ. Tính linh hoạt của Song Tử giúp Sư Tử không đi vào lối mòn và Sư Tử tiếp thêm lửa và niềm đam mê của Song Tử.

Mars Xử Nữ: xích mích có thể xuất hiện. Xử Nữ chuẩn bị kỹ lưỡng, trong khi Song Tử vội vã và bốc đồng. Xử Nữ tận tâm hoàn thiện thói quen của mình, trong khi Song Tử thì luôn thay đổi thói quen.

Mars Thiên Bình: Song Tử thường tự phát (không chuẩn bị), vì vậy phương châm ở đây là 'Hãy chuẩn bị sẵn sàng'. Thiên bình không đạt đến mức độ trao đổi cảm xúc sâu sắc, nhưng thiên bình có rất nhiều niềm vui.

Mars Bọ Cạp: Song Tử nhận thấy phong cách của Bọ Cạp là khó đối phó và Bọ Cạp không thể đối phó với cách tiếp cận mất tập trung của Song Tử. Bọ Cạp muốn sự tập trung hoàn toàn và trọn vẹn, nhưng Bọ Cạp không thể làm vậy khi ở bên Song Tử.

Mars Nhân Mã: Song Tử say sưa với sự hoang dã, tự do của Nhân Mã, còn Nhân Mã hiểu thái độ 'Tôi sẵn sàng cho mọi thứ' của Song Tử. Giữa các bạn cũng có một sức hút, nhưng do bản tính bồn chồn nên sự hợp tác này thường không kéo dài.

Mars Ma Kết: khó dung hòa. Ma kết thấy Song Tử là vô trách nhiệm, phù phiếm, Song Tử thấy Ma Kết là cổ hủ, thận trọng. Ma kết có thể thấy phong cách thất thường của Song Tử khá đáng lo ngại và bất kỳ sự giàn xếp nào của Ma Kết thường không được đánh giá cao.

Mars Bảo Bình: Song Tử thích cách tiếp cận không chính thống của Bảo Bình và Bảo Bình bị thu hút bởi sự sẵn lòng thử nghiệm và thử địa điểm, tiện ích mới… của Song Tử.

Mars Song Ngư: sự lanh lẹ của Song Tử đối lập với cách tiếp cận mơ mộng của Song Ngư. Song Tử muốn những cuộc dirty talk dẫn đến cuộc ân ái nhanh chóng, thú vị, trong khi song ngư muốn những rung động lãng mạn dẫn đến cực khoái.

Phần 4 Mars Cancer Cự Giải.

Muốn làm hài lòng bạn đời, dù không thích phiêu lưu

Nên nhớ: bạn có thể thuộc cung Ma Kết nhưng Mars lại là Mars Cự Giải. Đọc kĩ đầu chương

Từ khóa: Yêu thương , Dễ tự ái, Kiểu cách, Nội bộ riêng tư, Khó hiểu, Giúp đỡ, Thông minh, Không an toàn, Truyền thống, Thụ động tích cực

Mars Cự Giải có thể có những hành vi gây hấn thụ động. Họ không quan tâm đến sự thay đổi hoặc đối mặt trực tiếp. Họ thích cảm thấy an toàn trước khi hành động. Họ muốn được chuẩn bị tốt trước khi sẵn sàng. Họ ngoan cường và mạnh mẽ bất kể vẻ ngoài của họ.

Sự thờ ơ làm tổn thương họ hơn bất cứ điều gì khác. Mars Cự Giải có thể lôi cuốn và thích tranh luận. Những biểu hiện cảm xúc sẽ xảy ra nếu họ cảm thấy bị đe dọa. Họ có thể quá nhạy cảm, nhưng khi tự tin, họ rất đáng tin cậy và bảo vệ những người họ yêu thương. Họ thích giải pháp hòa bình hơn. Họ không phải là người quyết đoán hay đòi hỏi cao và họ thích làm việc một mình khi họ có quyền điều hành. Mars Cự Giải có thể thay đổi hướng đi hoặc thậm chí là mục tiêu của họ để theo đuổi sự an toàn. Họ trung thành và tận tụy.

Mars Cự Giải rất nồng nàn và sáng tạo. Họ đồng điệu giữa mong muốn và khát vọng của chính mình, đồng thời họ nhạy cảm với nhu cầu của những người xung quanh. Họ có trí nhớ tốt và đủ tận tâm để nhìn thấy mọi việc đến cùng. Họ có trí tưởng tượng tuyệt vời, điều này giúp ích rất nhiều cho họ vì việc tưởng tượng ra những tình huống khủng khiếp không làm tổn thương cảm giác an toàn của họ.

Họ cố gắng làm cho đối tác của mình hạnh phúc trên giường - không có nhu cầu nào bị bỏ rơi và không có yêu cầu nào quá cực đoan. Họ có thể khó đoán. Tất cả phụ thuộc vào ngày đó thế nào và tâm trạng của họ. Họ che giấu sự mềm mại và dễ bị tổn thương bên trong của mình dưới vẻ ngoài cáu kỉnh, ủ rũ

Sự ủ rũ của họ là do là do cảm xúc bên trong của họ quá mãnh liệt. Sự mãnh liệt này có thể ảnh hưởng đến cuộc sống của họ hoặc gây ra sự giận dữ sâu bên trong họ. Họ luôn cố gắng kìm nén nó nhưng lại phải chịu đau khổ về thể xác vì nó. Mars Cự Giải thường chủ quan và họ có xu hướng đưa ra quyết định dựa trên tâm trạng của mình vào thời điểm đó, điều mà sau này có thể khiến họ hối hận.

Họ coi tình dục là vùng thoải mái chính của mình; bảo vệ họ khỏi thế giới rộng lớn tồi tệ bên ngoài. Tình dục chủ yếu là một trải nghiệm cảm xúc thăng hoa và họ có thể trở nên nghiện cảm xúc này

Ham muốn tình dục của họ - có xu hướng thay đổi và suy yếu. Tính quyết đoán của họ rất thấp và không phải lúc nào cũng cho đối tác biết cần phải làm gì để kích hoạt họ. Bề ngoài có vẻ cứng rắn hoặc bí ẩn của Cự giải như đang bảo vệ sự dịu dàng bên trong, nhưng chỉ cần một chút nhạy cảm và kiên nhẫn là có thể vượt qua.

Họ chỉ có thể thăng hoa khi đối tác không có thái độ hung hãn, bốc lửa đối với họ. Họ thăng hoa khi có sự kết nối cảm xúc trọn vẹn với đối tác. Họ thể hiện phong độ giường chiếu tốt nhất trong một mối quan hệ ổn định và yêu thương. Khi họ tin tưởng bạn, họ sẽ trao tất cả cho bạn

Xét về tình dục, Mars Cự giải có chung thủy không.

Mặc dù đôi khi họ có thể đam mê những cuộc tình ngắn ngủi nhưng họ sẽ thấy những mối quan hệ lăng nhăng như vậy là hoàn toàn không tốt .

Mars cự giải rất coi trọng gia đình. Mars Cự Giải sẽ rất chung thủy và bảo vệ bạn đời mãnh liệt. Mars Cự Giải rất gợi cảm. Họ muốn tìm được một người bạn đời mà họ thực sự yêu thương. Tình dục và tình yêu phải đi đôi với nhau. Họ cần rất nhiều sự lãng mạn và sự yêu mến nếu không họ sẽ cảm thấy bị bỏ rơi. Họ có thể bị choáng ngợp bởi những cảm xúc hiện tại đến mức có thể thực sự khóc. Họ cố gắng hết sức để làm hài lòng đối tác của mình, mặc dù họ không thích phiêu lưu trong lĩnh vực này. Họ không phải là những người yêu đòi hỏi khắt khe. Mars Cự Giải rất truyền thống, mặc dù có một số ít người cần ngủ với nhiềungười để cảm thấy mình hấp dẫn và được cần đến.

Ý nghĩ mang thai một đứa con có thể rất hấp dẫn đối với sao Hỏa Cự Giải. Họ không nói nhiều về mong muốn cũng như nhu cầu của mình và mong muốn đối phương tìm ra điều họ thích. Họ đặc biệt trung thành với đối tác của mình và mong đợi được đáp lại điều tương tự.

Lưu ý: nếu bạn đọc về Mars Cự Giải mà thấy không đúng hoàn toàn, thì có thể bạn là Mars lai chứ không phải thuần. Đọc kĩ đầu chương.

Mars Cự Giải thích đôi tác có hành động lãng mạn, những cử chỉ và tình cảm chân thành. Cự giải thích người ổn định, luôn ủng hộ và thấu hiểu Cự Giai.

Đời sống tình dục của Mars Cự Giải khi bạn đời là:

Mars Bạch Dương: có sự mâu thuẫn ở đây. Họ muốn pháo hoa nổ, còn bạn muốn được xoa bóp, âu yếm nhẹ nhàng. Nếu họ kích thích bạn và bạn có thể làm họ chậm lại, điều đó có thể trở nên thú vị

Mars Kim Ngưu: cả hai đều thích nhẹ nhàng, thoải mái và thỏa mãn sâu sắc. Các bạn không thích phiêu lưu nhưng lại rất quan tâm đến nhu cầu, sở thích của nhau

Mars Song Tử: Cự Giai quá thất thường và dễ xúc động, còn Song Tử lại quá bồn chồn và dễ thay đổi. Cự Giai có thể bực tức với các kỹ thuật phòng ngủ của Song Tử. Cự Giai muốn an toàn, thoải mái nhưng điều đó không có ở đây

Mars Cự Giai: sự kết hợp này ấm áp, nồng nàn và rất thỏa mãn

Mars Sư Tử: Cự Giai thích quan tâm, chăm sóc và dịu dàng với Sư Tử. Điều này tốt nhưng về lâu dài, nhưng nếu nhu cầu tình dục của Cự Giai không được thỏa mãn, thì thói quen trong phòng ngủ của Cự Giai sẽ khiến Sư Tử đưa ra những yêu cầu liên tục và Cự Giai đáp lại bằng sự im lặng lạnh lùng.

Mars Xử Nữ: Cự Giai chỉ thích hành sự có tâm trạng và Xử Nữ chỉ muốn khi bối cảnh phù hợp và họ đã chuẩn bị 100%. Do đó việc chăn gối có thể không đều đặn.

Mars Thiên Bình: sự kết hợp này có thể hiệu quả nếu Cự Giai vừa ân cần vừa mong muốn làm hài lòng đối phương.

Mars Bọ Cạp: sự kết hợp này đầy cảm xúc và các bạn hiểu sâu sắc về những mong muốn và ước mơ thầm kín của nhau.

Mars Nhân Mã: sự kết hợp này không hoàn hảo. Nhân Mã khó có thể có một ý tưởng nhất định. Và Cự Giai cần thêm cảm xúc và sự an toàn cái mà Nhân Mã không thể cho nửa kia được.

Mars Ma Kết: các bạn hoàn toàn đối lập nhau, nhưng với sự cho và nhận có thể dẫn đến một mối quan hệ thỏa mãn và bền vững.

Mars Bảo Bình: sự kết hợp này không đồng bộ. Bảo Bình tiếp cận một cách khách quan và lý trí, trong khi Cự Giai bản năng và thuần túy. Khi Bảo Bình cảm thấy bị áp lực về mặt cảm xúc, họ trở nên xa cách hơn. Và khi Cự Giai không được thỏa mãn về mặt tình dục và tình cảm, Cự Giai trở nên cáu kỉnh, hống hách

Mars Song Ngư: hai bạn đều có thể lên đỉnh, Các bạn tiếp cận một cách trực quan, đầy cảm xúc. Hai bạn đều không thích quan hệ nếu thấy bị áp lực hoặc căng thẳng

Phần 5 Mars Leo Sư Tử.

Để trở thành trung tâm của sự chú ý, dễ hay khó

Nên nhớ: bạn có thể thuộc cung Nhân Mã nhưng Mars lại là Mars Sư Tử. Đọc kĩ đầu chương

Từ khóa: Nhân từ, Hào nhoáng, Quyến rũ, Chặn họng người khác, Tự tin, Nóng tính, Hào phóng, Hống hách, Chân thành, Kiên quyết

Mars Sư Tử muốn mình trở nên nổi bật và tạo ấn tượng lâu dài với ngườikhác. Họ nồng nàn và có ham muốn mạnh mẽ. Họ sẵn sàng chấp nhận rủi rovà có tham vọng "trở thành ai đó". Họ có ý thức mạnh mẽ về quyền lực và sứchút cá nhân của mình.

Mars Sư Tử thiếu kiên nhẫn với những người không chung thủy hoặc hẹp hòi. Họ là những người hay lý tưởng hóa sự đời, và nếu bị sỉ nhục, họ sẽ nhanh chóng bảo vệ các nguyên tắc của mình. Họ làm theo trái tim của họ. Họ tự hào về mọi việc họ làm vì cái tôi của họ gắn liền với mọi tình huống.

Mars Sư Tử có nhiều năng lượng về thể chất, nhưng họ hoạt động tốt về mặt trí tuệ và họ cũng khá thực tế. Họ tự tin và cũng rất tự chủ. Sức sống của họ là rất đáng kinh ngạc. Họ dễ xúc động và có thể là những nghệ sĩ biểu diễn rất thành công. Họ quyết tâm đạt được thành công ở bất cứ điều gì họ phấn đấu và họ là những nhà lãnh đạo xuất sắc.

Họ có thể áp chế người khác với những ý kiến của riêng họ. Họ có thể độc đoán và bướng bỉnh. Sự kiêu ngạo có thể làm họ suy sụp. Nhưng mặt khác, họ lại rất vui tươi, có khiếu hài hước và đầy ấm áp. Họ muốn để lại di sản thông qua những hành động của mình. Họ rất rộng lượng và lãng mạn. Sư Tử Mars thân thiện và cởi mở, tuy có hơi bốc đồng.

Họ luôn là người dẫn dắt trong chuyện ân ái. Nhưng đôi khi những hành vi họ cho là mạnh mẽ và quyết đoán lại có thể bị coi là những yêu cầu ích kỷ và hách dịch đối với người khác. Họ có cảm nhận tuyệt vời về phong cách và cách trình bày - trong và ngoài phòng ngủ. Họ lôi kéo bạn tình lên giường và làm bạn tình choáng ngợp với sự quyến rũ và sự hấp dẫn của họ. Đôi khi sự cực khoái mà họ thể hiện chỉ là khoa trương (đôi khi là giả tạo)

Trong các mối quan hệ, họ giàu tình cảm và thích thể hiện. Họ yêu thích sự sôi động của một cuộc tình mới. Họ thích trở thành trung tâm của sự chú ý trong phòng ngủ cũng như trong các lĩnh vực khác của cuộc sống. Mars Sư Tử rất dễ xúc động và họ thích những môi trường sang trọng. Họ nồng nàn và quyến rũ. Họ không thích sự cạnh tranh trong phòng ngủ.Họ cũng không thích xung đột với những người yêu cũ. Họ chung thủy và mong muốn được đáp lại như vậy. Mặc dù họ chú ý đến nửa kia của mình nhưng mối quan tâm hàng đầu của họ là sự thích thú của bản thân. Họ có thể có tính chiếm hữu hoặc ghen tuông, nhưng họ có thể cố gắng che giấu điều này. Leo Mars không ngại thử thách nửa kia của mình. Thỉnh thoảng họ có thể lừa bạn. Đôi khi họ có thể tỏ ra quá mạnh mẽ hoặc thiếu kiên nhẫn, nhưng họ rất cởi mở và thẳng thắn.

Mars Sư Tử mang lại nhiều niềm vui và sự lãng mạn cho một mối quan hệ. Họ đánh giá cao một nửa kia đáp lại bằng sự đàng hoàng, tử tế. Sự nhiệt tình của họ có thể hơi áp đảo đối với một số người. Khi cái tôi của họ tác động vào mối quan hệ, nó có thể phá vỡ một tình huống hạnh phúc. Họ muốn được hạnh phúc và ổn định với một người mà họ có thể có một mối quan hệ lãng mạn, vui vẻ.

Họ thăng hoa nhất khi đóng vai trò lãnh đạo trên giường, không bị lấn át và đối tác thể hiện mình là một "khán giả" luôn tán dương, đánh giá cao họ. Họ cần nhiều phản hồi tích cực. Họ mong đợi cử chỉ lãng mạn, ôm, hôn, nắm tay. Và họ cần phải là người duy nhất trong cuộc đời của đối tác của mình. Do đó khi yêu Mars Sư Tử, không nên kể quá khứ tình dục của bạn cho Mars Sư Tử.

Sự chung thủy là vô cùng quan trọng đối với họ, và một người yêu không chung thủy sẽ làm tổn thương niềm kiêu hãnh của bạn một cách sâu sắc và vĩnh viễn. Họ có thể tha thứ - nhưng không bao giờ quên!

Xét về tình dục, Mars Sư Tử có chung thủy không. Một khi đã cam kết, sao Hỏa ở Sư Tử có thể cực kỳ chung thủy và bảo vệ bạn đời và gia đình của họ. Họ mang lại niềm vui, sự nhiệt tình và niềm tự hào trong việc nuôi dưỡng một gia đình cũng như đối với mọi thứ khác trong cuộc sống của họ. Họ cũng mong đợi tình yêu vô điều kiện, sự tận tâm và sự quan tâm từ người bạn đời và gia đình của mình.

Lưu ý: nếu bạn đọc về Mars Sư Tử mà thấy không đúng hoàn toàn, thì có thể bạn là Mars lai chứ không phải thuần. Đọc kĩ đầu chương.

Mars Sư tử thích đối tác lãng mạn, chu đáo. Sư tử không thích những người lạnh lùng, không lãng mạn, không chung thủy.

Đời sống tình dục của Mars SưTử với bạn đời là:

Mars Bạch Dương: có một sự tương tác ngay lập tức, tạo nên một mối tình nóng bỏng, bốc lửa và đam mê.

Mars Kim Ngưu: sự kết hợp này hoặc rất tuyệt vời hoặc hoàn toàn thất vọng. Có thể có một số tranh cãi.

Mars Song Tử: cả hai đều tận hưởng sự sôi nổi và vui tươi. Cả hai đều rất sáng tạo khi tạo ra những ý tưởng mới. Tính linh hoạt của họ giúp bạn không đi vào lối mòn và bạn tiếp thêm lửa cho họ.

Mars Cự Giải: Cự Giải thích quan tâm, chăm sóc dịu dàng với Sư Tử. Hãy đảm bảo rằng nhu cầu của Cự Giải cũng được thỏa mãn, nếu không Sư Tử gặp phải sự hờn dỗi.

Mars Sư Tử: hai bạn có thể chạy đua với nhau. Cả hai khó có thể đạt được cực khoái mọi lúc, mọi nơi. Có thể hơi kiệt sức và lấn át nhưng sẽ có rất nhiều niềm vui.

Mars Xử Nữ: sự quá tự tin của Sư Tử có thể khiến Xử Nữ lo lắng. Sư Tử nên từ từ, chậm lại một chút, nếu không Xử Nữ sẽ tự ti và khó thỏa mãn nửa kia.

Mars Thiên Bình: sự kết hợp này rất buông thả và khoái lạc. Cả hai đều chiều chuộng nhau.

Mars Bọ Cạp: sự khởi sắc đầy kịch tính sẽ hấp dẫn hai bạn. Nhưng cẩn thận với tính chiếm hữu quá mức và xung đột ý chí trong phòng ngủ. Học cách thỏa hiệp, thay phiên nhau.

Mars Nhân Mã: cả hai bạn đều có xu hướng làm việc quá sức. Sự vô độ là không tốt cho sức khỏe.

Mars Ma Kết: Ma kết có sự lo lắng rằng niềm đam mê không kiềm chế của Sư Tử sẽ phá hỏng kế hoạch của họ (vốn luôn đặt sự nghiệp lên hàng đầu)

Mars Bảo Bình: sự kết hợp này có vấn đề. Sư Tử đòi hỏi nhiều đam mê và sự tập trung hơn từ Bảo Bình. Sư Tử muốn được yêu mến và nồng say - trong khi, Bảo Bình không muốn tình dục trở nên nhàm chán và khó chịu.

Mars Song Ngư: sự kết hợp này tốt vì Sư Tử bảo làm gì và Song Ngư sẵn sàng tuân theo. Song Ngư bị kích thích bởi sự tự tin của nửa kia.

Phần 6 Mars Virgo Xử Nữ.

Tình dục là lành mạnh nhưng sao có chút bất an

Nên nhớ: bạn có thể thuộc cung Ma Kết nhưng Mars lại là Mars Xử Nữ. Đọc kĩ đầu chương

Từ khóa: Siêng năng, Lo lắng, Khiêm tốn, Bồn chồn, Gọn gàng, Máy móc, Thành thạo, Cứng rắn, Hợp lý, Quy tắc

Mars Xử Nữ luôn để ý đến mục tiêu của mình. Họ rất thực tế, đôi khi hơi hời hợt. Điều này chỉ là do họ làm rất nhiều việc cùng một lúc. Mặc dù vậy, họ vẫn cố gắng hoàn thành mọi việc. Đôi khi họ có thể đảm nhận nhiều việc hơn mức họ có thể xử lý. Họ thường logic và kỷ luật.

Mars Xử Nữ đôi khi có thể hơi thích chỉ trích và bướng bỉnh, nhưng họ thường không hung dữ. Đừng nên đẩy họ đi quá xa, tuy rằng họ có thể rất khó tức giận. Họ có thể dễ dàng lo lắng. Họ thích làm mọi việc theo cách của họ. Họ thường rất có tổ chức và không ngại dấn thân làm việc một cách miệt mài, chăm chỉ. Có một loại năng lượng lo lắng bên trong họ và họ rất dễ bồn chồn. Họ không muốn gắn bó với một dự án quá lâu.

Họ thành công trong lĩnh vực y tế, chủ yếu là vì họ thích giúp đỡ người khác. Họ muốn cảm thấy mình có ích được người khác cần đến. Đôi khi họ có thể không khoan dung và không thích bộc lộ cảm xúc.

Mars Xử Nữ lấy năng lượng từ mọi thứ họ làm, cho dù đó là công việc, sở thích hay những thứ khác. Họ không biết làm sao với sự nhàn rỗi của mình. Họ sinh ra đã cầu toàn, mặc dù họ sẽ phủ nhận điều đó. Họ có phần nhút nhát và khiêm tốn nhưng lại muốn học hỏi và trải nghiệm những điều mới mẻ nên điều này thường giúp họ vượt qua mọi sự nhút nhát.

Khi nói đến các mối quan hệ, Mars Xử Nữ rất tinh tế. Họ chỉ tỏa sáng với nửa kia của mình và thể hiện một cách riêng tư. Họ có thể cảm thấy khó để trở nên thoải mái và ngừng chỉ trích. Họ cần một người nhạy cảm với những nhu cầu của họ và cũng phù hợp với ý tưởng của họ về tính sạch sẽ. Họ không thích tình một đêm hay quan hệ tình dục bừa bãi. Họ thường vui vẻ giữ sự trong trắng cho đến khi gặp được người phù hợp.

Họ có tính kỷ luật và kỹ năng tốt. Họ rất vị tha với đối tác, và luôn rèn luyện chăm chỉ để hoàn thiện kỹ năng phòng ngủ và làm hài lòng đối tác của mình.

Họ không bao giờ dễ dãi trong việc ngủ với nửa kia khi mới hẹn hò chưa bao lâu. Với họ, tình dục là an toàn và có trách nhiệm. Họ coi tình dục là một phần thiết yếu trong chế độ sức khỏe và thể chất của mình. Họ đánh giá cao sự khiêm tốn và tự chủ ở bản thân và người khác.

Mặc dù họ thấy tình dục là lành mạnh nhưng họ có thể cảm thấy đôi chút không an toàn. Họ thường thích những người từng trải trong cuộc sống cũng như những người biết tránh những ồn ào. Mars Xử Nữ sẽ làm rất nhiều điều nhỏ nhặt cho nửa kia của mình để khiến họ cảm thấy được trân trọng và yêu thương. Họ luôn tỏ ra tôn trọng và chu đáo. Bằng sự tận tâm, họ sẽ làm tất cả những gì có thể để làm hài long nửa kia. Họ rất tò mò, mặc dù họ có thể chả làm gì cả trừ khi ở bên đúng người mình thích. Họ không kén chọn như người ta thường nhận xét. Họ thậm chí có thể thích một người bạn đời có những điểm không hoàn hảo để họ có thể chăm sóc và nuôi dưỡng. Nhìn chung, Mars Xử Nữ có thể là một đối tác tuyệt vời cho những ai không thích những sự kịch tính trong cuộc sống hay những ai không muốn bộc lộ cảm xúc trong mối quan hệ của mình.

Họ cảm thấy thăng hoa nhất khi họ cảm thấy an toàn trong một mối quan hệ đã cam kết. Họ cần một đối tác khéo léo và kín đáo. Họ nên thảo luận về sở thích tình dục của bạn với bạn tình để cả hai cùng thăng hoa

Xét về tình dục, Mars Xử Nữ có chung thủy không. Mars Xử Nữ có thể thận trọng và dè dặt, dành thời gian để phân tích và đánh giá nửa kia của mình. Họ coi trọng sự trung thực, chung thủy và đáng tin cậy trong các mối quan hệ của mình và có thể đặt kỳ vọng cao vào đối tác của mình. Có thể nói mars Xử Nữ rất chung thủy.

Lưu ý: nếu bạn đọc về Mars Xử Nữ mà thấy không đúng hoàn toàn, thì có thể bạn là Mars lai chứ không phải thuần. Đọc kĩ đầu chương.

Mars Xử Nữ thích những người tạo bầu không khí êm đềm, những người ổn định, nhạy cảm và thực tế. **Đời sống tình dục của Mars Xử Nữ khi bạn đời là:**

Mars Bạch Dương: sự kết hợp này không hoàn hảo. Xử Nữ khéo léo, tinh tế và tự chủ nhưng Bạch Dương quá ồn ào, thô bạo

Mars Kim Ngưu: đây là sự kết hợp lành mạnh, không phức tạp. Cả hai nên tắm rửa sạch sẽ và ăn đầy đủ vì cả hai đều không làm tốt khi đói.

Mars Song Tử: sẽ có sự xích mích ở đây. Xử Nữ thì chuẩn bị kỹ lưỡng, còn Song Tử hung hãn và bốc đồng. Xử Nữ tận tâm, muốn hoàn thiện thói quen của mình, còn Song Tử luôn thay đổi thói quen

Mars Cự Giải: Xử Nữ chỉ muốn làm khi bối cảnh phù hợp và đã chuẩn bị 100%, còn Cự Giải chỉ thích làm điều đó khi họ có tâm trạng. Nên tần suất khá lác đác. Nên cố gắng đồng bộ tâm trạng và lịch trình của mình

Mars Sư Tử: Xử Nữ đề cao sự thận trọng. Sự tự tin và phô trương của Sư Tử có thể khiến Xử Nữ cảm thấy lo lắng và không cần thiết. Hai bạn phấn khích theo những cách khác nhau. Có lẽ chỉ một trong hai bạn được thỏa mãn.

Mars Xử Nữ: hai bạn có cách tiếp cận tương tự và xem chuyện đó như một phần quan trọng trong lối sống lành mạnh.

Mars Thiên Bình: hai bạn đều có những tiêu chuẩn cao trong phòng ngủ: vệ sinh sạch sẽ, cách cư xử tốt và kỹ thuật tinh tế. Xử Nữ có thể chỉ trích Thiên Bình quá mức và Thiên Bình làm Xử Nữ khó chịu vì mối bận tâm về hình thức bên ngoài

Mars Bọ Cạp: cả hai đều có thiên hướng riêng tư, thận trọng. Bọ Cạp thích làm kiệt sức và bẩn - Xử Nữ thích giữ sạch sẽ và khỏe mạnh. Với Bọ Cạp, tình dục là sự giải phóng cảm xúc tột cùng, nhưng đối với Xử Nữ, đó là một bài tập mạnh mẽ, tiếp thêm sinh lực

Mars Nhân Mã: Nhân Mã như kẻ săn mồi và có thể khiến Xử Nữ chạy trốn. Xử Nữ thích sự riêng tư kín đáo, và sở thích của Nhân Mã đối với những cuộc phiêu lưu tự phát ngoài trời có thể khiến Xử Nữ lo lắng và không muốn phản hồi.

Mars Ma Kết: cả hai bạn đều rất thận trọng, nhưng trong vòng tay của nhau, các bạn cảm thấy thoải mái và an toàn.

Mars Bảo Bình: sự phóng khoáng của Bảo Bình khiến Xử Nữ bất an và khó chịu. Xử Nữ chú ý đến từng chi tiết khiến Bảo Bình có cảm giác bị soi mói. Sự kết hợp này không hoàn hảo.

Mars Song Ngư: Xử Nữ rõ ràng, sắc nét, tập trung và có trật tự tốt, còn của Song Ngư mơ hồ, trực quan, giàu cảm xúc và vô tổ chức. Hai bạn phải rất cố gắng mới có thể đáp ứng nhu cầu và mong muốn của nhau.

Phần 7 Mars Libra Thiên Bình.

Lãng mạn nhưng sao ham muốn khá thấp

Nên nhớ: bạn có thể thuộc cung Nhân Mã nhưng Mars lại là Mars Thiên Bình
Đọc kĩ đầu chương

Từ khóa: Sang trọng, Tránh né, Công bằng, Do dự, Vô tư, Không kiên quyết,
Hòa bình, Hơi giả tạo, Ngọt ngào, Ngầm

Mars Thiên Bình có thể thiếu quyết đoán, nhưng cuối cùng họ cũng hoànthành
được mọi việc. Họ hay trì hoãn thường là do họ đang cân nhắc tất cả cáclựa
chọn trước khi đi đến quyết định. Họ có xu hướng bảo vệ bản thân vànhững
người khác mà họ cảm thấy đang bị áp bức. Thay vì tạo ra sự hài hòavốn là
mục tiêu của họ, cuối cùng họ có thể làm gián đoạn nỗ lực của mọingười
nhằm đạt được sự cân bằng.

Mars Thiên Bình rất quyến rũ và điều quan trọng đối với họ là phải luôn thể
hiện được sự quyến rũ này. Chính vì điều này, đôi khi họ có thể gây hấn thụ
động. Thay vì tỏ ra xấu tính hoặc khó chịu một cách công khai, họ có thể biểu
hiện nó một cách lén lút hoặc tỏ ra lẩn tránh để thể hiện quan điểm của mình.
Họ cũng có thể lấy toàn bộ năng lượng đó từ Mars Thiên Bình của mình và
đôi khi biến nó thành hành động. Họ rất duyên dáng,thú vị, và sẽ thu hút nhiều
người.

Mars Thiên Bình rất giỏi trong việc biết khi nào vấn đề sẽ xảy ra. Họ là những
chuyên gia về thỏa hiệp và quản lý xung đột. Họ tuân theo các quy tắc nghi
thức xã hội và mong muốn được chấp thuận. Họ thích theo đuổi trí tuệ hơn.
Họ quyết định một cách khách quan và có phần vô cảm. Họ không thích đối
đầu hoặc chiến đấu. Họ có thể thao túng người khác để đạt được điều họ
muốn.

Mars Thiên Bình rất cần động lực. Họ làm tốt nhất khi kết hợp với người mà
họ yêu mến. Họ trìu mến và lãng mạn, nhưng họ có ham muốn tình dục khá
thấp. Mặc dù họ có thể khơi dậy niềm đam mê ở người khác nhưng bản thân
họ lại khá bảo thủ. Việc nhập vai có thể khiến họ tò mò. Họ không thích sự
thô lỗ và thô tục, và sẽ tránh xa những đối tác có hành vi tiềm tàng như vậy.
Họ rất tinh tế trong cách tiếp cận tình dục. Sự lãng mạn, cũng như những sự
tiếp xúc gợi cảm là rất quan trọng. Môi trường rất quan trọng để thiết lập

tâm trạng. Họ có thể rất giỏi trong việc làm hài lòng đối tác của mình.

Tình dục rất quan trọng đối với họ và họ sẽ đảm bảo rằng mình có được nó - nhưng theo một cách vô cùng quyến rũ. Họ không thể hiện trực tiếp ham muốn của mình với nửa kia mà chỉ thể hiện bằng một nụ hôn dịu dàng, một cái nhìn thuyết phục, vì họ không muốn bị đối phương từ chối. Sự từ chối trắng trợn như vậy sẽ quá khắc nghiệt đối với sự nhạy cảm mỏng manh của họ. Họ cư xử cực kỳ khéo léo, chu đáo và ân cần. Họ có thể duy trì một mối quan hệ không như ý rất lâu khi lẽ ra họ phải rời đi vì bạn ghê tởm những cuộc đối đầu hoặc bất kỳ hình thức khó chịu nào

Họ thăng hoa nhất khi trải nghiệm tình dục thỏa mãn đôi bên, với nhiều sự cho và nhận   Họ ghét sự thô tục và khó chịu.

Xét về tình dục, Mars Thiên Bình có chung thủy không. Mars Thiên Bình nổi tiếng là người không chung thủy, nhưng nó bắt nguồn từ việc họ khó nói "không"(vì sợ làm tổn thương người khác) hơn là vì họ lầm đường lạc lối. Họ có xu hướng mong đợi đối phương đọc được suy nghĩ của họ về những gì họ thích. Nếu họ có một nhu cầu thầm kín không được đáp ứng, họ sẽ kìm nén cơn giận dữ và để nó sôi sùng sục trong khi tự hỏi tại sao đối tác của họ lại không biết họ muốn gì. Họ thích được khen ngợi, yêu mến và thích trở thành trung tâm của sự chú ý.

Họ thậm chí còn có thể kén chọn hơn Mars Xử Nữ. Họ có thể cho phép mình bị thúc ép trong một thời gian, nhưng điều đó chắc chắn sẽ khiến họ không vui

Lưu ý: nếu bạn đọc về Mars Thiên Bình mà thấy không đúng hoàn toàn, thì có thể bạn là Mars lai chứ không phải thuần. Đọc kĩ đầu chương.

Mars Thiên Bình thích người tinh tế, lịch sự, có cử chỉ lãng mạn, tạo cảm giác mọi thứ đều hài hòa và cân bằng. **Đời sống tình dục của Mars Thiên Bình khi bạn đời là:**

Mars Bạch Dương: ban đầu Thiên Bình sẽ thấy khó chịu với sự thô lỗ và không quá tinh tế của Bạch Dương - nhưng Thiên Bình sẽ sớm bị khuất phục. Thiên Bình thích làm hài lòng Bạch Dương còn Bạch Dương thích dẫn dắt.

Mars Kim Ngưu: với nỗ lực và kiên trì, sự kết hợp này sẽ có kết quả. Cả hai đều thích chuẩn bị kỹ lưỡng và thích tạo ra bầu không khí gợi cảm cho phòng ngủ.

Mars Song Tử: cả hai đều thích tự phát. Hãy chuẩn bị kĩ lưỡng trước khi hành sự.

Mars Cự Giai: sự kết hợp này hiệu quả nếu Thiên Bình vừa ân cần vừa mong muốn làm hài lòng người khác.

Mars Sư Tử: sự kết hợp này rất buông thả và khoái lạc. Cả hai đều chiều chuộng nhau.

Mars Xử Nữ: hai bạn đều đặt ra những tiêu chuẩn rất cao: vệ sinh sạch sẽ, cách cư xử tốt và kỹ thuật tinh tế. Thiên Bình cảm thấy khó chịu với sự cầu kỳ, soi mói của Xử Nữ, trong khi Xử Nữ nói rằng Thiên Bình quá chú trọng hình thức bên

Mars Thiên Bình: cả hai đều quan tâm đến sự lãng mạn, tán tỉnh, phép xã giao và gu thẩm mỹ tốt. Việc chăn gối của các bạn là hoạt động phức tạp và hết sức văn minh

Mars Bọ Cạp: sự kết hợp này không hoàn hảo. Thiên Bình thấy Bọ Cạp quá đen tối và đồi trụy, trong khi Thiên Bình văn minh hơn.

Mars Nhân Mã: có một mối quan hệ mạnh mẽ về tinh thần và thể chất ở đây. Nhân Mã khơi dậy ham muốn của Thiên Bình và khiến Thiên Bình làm những điều đặc sắc mà bạn chưa từng làm. Thiên Bình giúp tinh lọc và hoàn thiện năng lượng bùng nổ của Nhân Mã. Về lâu dài, Thiên Bình sẽ muốn có một người bạn cùng giường bớt mệt mỏi hơn.

Mars Ma Kết: ban đầu tốt đẹp, sau đó nguội lạnh. Cả hai đều không đặc biệt bốc lửa hoặc giàu cảm xúc, vì vậy cả hai bạn đều cần những người yêu nồng nhiệt hoặc giàu cảm xúc để khơi dậy say mê.

Mars Bảo Bình: Bảo Bình quá lạc nhịp và thích thử nghiệm, và Bảo Bình cần thường xuyên tạm dừng mối quan hệ để có thể thoát ra và được tự do. Sự kết hợp này không hoàn hảo.

Mars Song Ngư: cả hai đều đều quyến rũ tinh tế. Tuy nhiên có một sự khác biệt, Song Ngư thích đắm mình hoàn toàn vào trải nghiệm tình dục, trong khi Thiên Bình thích duy trì sự tự chủ và lịch sự nhất định.

Nên nhớ: bạn có thể thuộc cung Bạch Dương nhưng Mars lại là Mars Bọ Cạp. Đọc kĩ đầu chương

Từ khóa: Táo bạo, Nhất quyết, Không khoan nhượng, Thăm dò, Quyến rũ, Lén lút, Gay gắt, Tiêu cực, Chống đối, Kinh hãi

Mars Bọ Cạp thích những thử thách thú vị. Bất cứ điều gì họ muốn làm đều được thực hiện với tất cả sự thích thú của họ. Họ có khả năng tập trung và có ý chí mạnh mẽ để hoàn thành bất cứ việc gì.

Họ là những đối thủ đáng gờm, tuy họ trầm tính và tinh tế, không ồn ào hay hỗn hào. Bề ngoài họ bình tĩnh và rất tự chủ. Nhưng bên trong họ có thể là một bể cảm xúc sôi sùng sục. Họ thường không để người khác nhìn thấy khía cạnh này của mình. Mars Bọ Cạp có khả năng lợi dụng những người xung quanh nhờ tài năng nhìn thấu vẻ ngoài của họ để tìm ra những gì ẩn chứa bên trong.

Mars Bọ Cạp thích thử thách bản thân. Bạn sẽ thấy họ tạo ra đủ loại quy tắc và mục tiêu và cảm thấy hài lòng khi đạt được từng mục tiêu một. Họ có thể khiêu gợi một cách tinh tế và có kiểm soát. Những người có lòng tự trọng thấp có thể trở nên khá ghê tởm. Họ biểu lộ sự căm ghét bản thân ra bên ngoài và còn thao túng người khác để cảm thấy tốt hơn. Sao Hỏa Bọ Cạp biết rằng cuộc sống không công bằng và chấp nhận nó như nó vốn có.

Mars Bọ Cạp ẩn chứa những ham muốn và cảm xúc mạnh mẽ. Họ có mức năng lượng rất cao. Họ mạnh mẽ, hiệu quả, tự lực. Họ có ý thức mạnh mẽ về mục đích. Họ có thể kìm nén cơn giận, nhưng khi họ giận, hãy cẩn thận. Họ thậm chí còn bình tĩnh, lạnh lùng một cách khá đáng sợ. Họ kiêu hãnh, có ý chí mạnh mẽ và trang nghiêm. Họ nổi tiếng là người nhớ dai và không tha thứ khi bị tổn thương. Họ có thể bị mê hoặc bởi những điều huyền bí, cái chết và những nguy hiểm.

Họ rất nồng nàn và gợi cảm. Họ hấp dẫn người khác giới bất kể ngoại hình của họ như thế nào. Sức quyến rũ cá nhân của họ khá mạnh mẽ. Mars Bọ Cạp rất mãnh liệt và điều này có thể là quá sức đối với một số người. Với họ tình dục là một trải nghiệm toàn diện; nó mãnh liệt về thể chất, cảm xúc và khiêu dâm. Họ có thể hơi ám ảnh và có thể bị thu hút bởi mặt tối của tình dục.

Kỹ thuật phòng ngủ của họ không dành cho những người yếu tim. Kĩ thuật và đam mê của họ có thể khiến những đối tác ít mãnh liệt hơn phải sợ hãi. Họ bắt nửa kia lên giường -bắt nửa kia làm con tin, cả thể xác và tâm hồn. Họ tập trung hoàn toàn vào người yêu, vào những nhu cầu sâu sắc nhất của nửa kia và toàn bộ trải nghiệm. Họ thường phức tạp và cực đoan, với thái độ được ăn cả hoặc không có gì với tình dục. Điều này có thể dẫn đến việc say mê quá mức trong một năm và sống độc thân vào năm sau.

Mars Bọ Cạp đặt ngang hang giữa tình dục với quyền lực. Họ chung thủy với đối tác của mình. Họ có thể rất phức tạp và họ muốn nửa kia của mình chia sẻ chiều sâu và cường độ của trải nghiệm. Họ không hôn và nói; họ tin rằng tình dục là chuyện cá nhân. Họ mang lại chiều sâu cảm xúc tuyệt vời cho nửa kia của họ. Họ có thể tập trung vào việc phá vỡ những điều cấm ky về tình dục nếu đối tác của họ đồng ý. Mars Bọ Cạp có chút tính sở hữu đối với bạn đời của mình. Mặc dù họ có thể sẽ không thừa nhận điều đó nhưng họ không muốn chia sẻ bạn đời của mình với bất kỳ ai, ngay cả trong các mối quan hệ xã hội khác hay cả với nghĩa vụ gia đình.

Họ thăng hoa nhất khi không bị kìm nén, có đất diễn và gặp những đối tác tương thích. Với một đối tác tương thích, họ có thể mang lại cảm giác phấn khích nhưng sự mãnh liệt và tính chiếm hữu này có thể gây lo lắng với một số đối tượng khác. Với họ chuyện chăn gối là một việc hết sức nghiêm túc và hiếm khi kết thúc nhanh chóng. Họ đôi khi gặp khó khăn khi truyền đạt những gì mình muốn với bạn đời

Xét về tình dục, Mars Bọ Cạp có chung thủy không. Những người Mars Bọ Cạp là một trong những người yêu mãnh liệt, chung thủy và sâu sắc nhất. Nhưng nếu bạn phản bội họ, bạn có thể không bao giờ lấy được lòng tin của họ.

Lưu ý: nếu bạn đọc về Mars Bọ Cạp mà thấy không đúng hoàn toàn, thì có thể bạn là Mars lai chứ không phải thuần. Đọc kĩ đầu chương.

Bọ cạp bị thu hút bởi những kiểu người mạnh mẽ, bí ẩn, có trí tuệ cảm xúc cao, không sợ hãi và hòa hợp với mặt tối của bọ cạp. Bọ cạp cũng có thể bị thu hút bởi sự mạo hiểm. **Đời sống tính dục của Mars Bọ Cạp khi bạn đời là:**

Mars Bạch Dương: mãnh liệt, nguyên sơ và đam mê. Bạch dương thấy cường độ của bọ cạp thực sự kích thích và cả hai đều rơi vào trạng thái nô lệ (tất nhiên là Bạch Dương làm chủ). Nhưng cuối cùng thì phong cách của bọ cạp quá phức tạp, đen tối so với những nhu cầu cơ bản, tức thời của bạch dương.

Mars Kim Ngưu: sự thực tế của Kim Ngưu đem lại sự cân bằng cho phong cách đầy cảm xúc và ám ảnh của Bọ Cạp. Mong đợi sự mãnh liệt trong tình yêu của cả hai - nhưng cũng có nhiều ghen tuông khi Kim Ngưu cố gắng chiếm hữu nửa kia.

Mars Song Tử: Song Tử nhận thấy phong cách của Bọ Cạp là khó đối phó và Bọ Cạp không thể đối phó với cách tiếp cận mất tập trung của Song Tử. Bọ Cạp muốn sự tập trung hoàn toàn và trọn vẹn, nhưng Bọ Cạp không thể làm vậy khi ở bên Song Tử.

Mars Cự Giải: sự kết hợp này đầy cảm xúc và các bạn hiểu sâu sắc về những mong muốn và ước mơ thầm kín của nhau.

Mars Sư Tử: sự khởi sắc đầy kịch tính sẽ hấp dẫn cả hai bạn. Nhưng hãy cẩn thận với tính chiếm hữu quá mức và sự xung đột ý chí trong phòng ngủ. Học cách thỏa hiệp, thay phiên nhau.

Mars Xử Nữ: hai bạn đều thích riêng tư và thận trọng. Nhưng Bọ Cạp thích làm kiệt sức và bẩn - Xử Nữ thích sạch sẽ và khỏe mạnh. Đối với Bọ Cạp, tình dục là sự giải phóng cảm xúc, còn đối với Xử Nữ, đó là một bài tập mạnh mẽ, tiếp thêm sinh lực.

Mars Thiên Bình: có thể không hợp. Thiên Bình thấy Bọ Cạp quá đen tối và đồi trụy so với sở thích tình dục có văn hóa của Thiên Bình.

Mars Bọ Cạp: Việc phá vỡ những điều cấm kỵ sẽ khiến hai bạn hứng thú và với nhau. Nhưng bạn có thể phải trả giá cho cái cường độ như vậy.

Mars Nhân Mã: kỳ vọng của hai bạn rất khác nhau. Bọ Cạp bị kích thích bởi cách tiếp cận hang hái của Nhân Mã, nhưng cuối cùng, Bọ Cạp đòi hỏi nhiều hơn từ tình dục hơn là những trò đùa vui thể thao.

Mars Ma Kết: cả hai đều thích kiểm soát. Bọ cạp thấy Ma Kết quá lỗi thời so với phong cách của Bọ Cạp, nhưng (theo thời gian) sự kết hợp này có thể phát triển theo kiểu đôi bên cùng có lợi. Bọ Cạp mang lại nhiều đam mê hơn cho cuộc sống của Ma Kết và Ma Kết khiến bọ cạp cảm thấy vững vàng và an toàn hơn.

Mars Bảo Bình: cả hai đều thích thử nghiệm mới. Nhưng về cảm xúc, hai bạn khác nhau. Bọ cạp cảm thấy ghen tuông khi Bảo Bình cho rằng thân mật với người khác là bình thường.

Mars Song Ngư: bằng trực giác, các bạn biết cách giải quyết những ham muốn của nhau. Song Ngư rất dễ bảo, Bọ Cạp thích điều này. Và cùng nhau, bạn có thể đạt đến mức độ thân mật sâu sắc.

Phần 9 Mars Sagittarius Nhân Mã.

Thích rượt đuổi nhưng chinh phục xong thì hết hứng thú

Nên nhớ: bạn có thể thuộc cung Kim Ngưu nhưng Mars lại là Mars Nhân Mã. Đọc kĩ đầu chương

Từ khóa: Giải trí, Tự do, Không phán xét, Đơn giản, Lang thang, Bỏ trốn, Bất lịch sự, Không cố định, Thiếu suy nghĩ, Không cam kết

Mars Nhân Mã nổi tiếng không phải là người kiên nhẫn. Họ không bao giờ ngừng nghỉ và rất thích phiêu lưu. Hoạt động thể chất là cách tốt nhất để họ giải quyết cơn giận của họ. Họ luôn thích bận rộn nên thường xuyên phải thực hiện nhiều dự án cùng một lúc. Tuy nhiên, họ nổi tiếng không phải vì sản phẩm họ đạt được. Họ hào hứng khi bắt đầu một điều gì đó mới hơn là hoàn thành một điều gì đó cũ.

Mars Nhân Mã rất thú vị. Họ thích tham gia vào các cuộc tranh luận yên bình, mặc dù họ có thể bị cuốn đi xa. Họ không suy nghĩ thấu đáo về quan điểm của mình nhưng họ có thể khó chịu nếu bạn không đồng tình với họ. Họ tự coi mình là người ấm áp và thích quan tâm, nhưng họ thường có thể chà đạp lên cảm xúc của người khác khi họ say đắm vì điều gì.

Hơi khó để theo kịp Mars Nhân Mã. Lúc này họ rất thoải mái, đùa giỡn và vui vẻ; nhưng kế tiếp họ cực kỳ đam mê về chủ đề này hay chủ đề khác. Họ thích những không gian rộng mở, theo cả nghĩa bóng và nghĩa đen. Họ không thích cảm giác bị bó buộc. Nếu mọi thứ trở nên nghiêm túc hoặc buồn tẻ, họ sẽ rút lui. Mặc dù họ có thể bị cuốn theo quan điểm đạo đức khiến mọi người xung quanh phát điên, nhưng họ sẽ sớm lùi lại và chỉ tập trung vào việc vui chơi.

Mars Nhân Mã đã quen với việc đi theo hướng đi riêng của mình, bởi vì họ trông rất có sức thuyết phục. Khi gặp những người có thể tạo ra lỗ hổng trong kế hoạch hoành tráng của họ, họ cảm thấy thất vọng. Họ cảm thấy bị xúc phạm khi người khác không tin như họ. Họ đầy nhiệt tình nhưng lại không thực tế lắm. Họ thích triết học hơn; nó phù hợp với chủ nghĩa lý tưởng của họ. Họ tự tin, lạc quan và chấp nhận rủi ro mà không nghĩ đến hậu quả. Họ ít có khả năng tập trung nhưng rất thân thiện và hướng ngoại.

Họ thăng hoa nhất khi nào. Họ là một người yêu nồng nàn và tràn đầy năng lượng, nhưng có thể quá háo hức và không thích màn dạo đầu kéo dài. Họ không giỏi là lắng nghe và đáp ứng nhu cầu của người khác. Để trả lời câu hỏi này, cần phải trả lời thêm một vế nữa: khi nào họ không thăng hoa. Họ không thăng hoa khi bắt đầu thấy chán. Họ là kẻ lang thang trong tình dục, luôn muốn thoát khỏi sự buồn chán.

Xét về tình dục, Mars Nhân Mã có chung thủy không. Mars Nhân Mã vui tính nhưng không chung thủy. Họ có vẻ bồn chồn, không yên và muốn sự đa dạng. Họ thích sự rượt đuổi nhưng một khi đã chinh phục được thì họ sẽ mất hứng thú. Họ cũng không muốn cảm thấy bị ràng buộc bởi sự cam kết. Đối tác càng cố giữ chặt họ thì họ càng có nhiều khả năng đi lạc. Mars Nhân Mã sẽ ở bên cạnh một người có thể khiến họ thích thú cả về mặt trí tuệ và tình dục. Cho đến khi tìm được người như vậy, họ có thể sẽ tiếp tục nhảy từ giường này sang giường khác. Họ tò mò và thích nghe hoặc xem thành tích của người khác. Họ có thể hơi thô kệch… họ nghĩ điều đó thật thú vị. Họ cũng thích có mối liên lạc với những nơi khác thường. Giống như hầu hết mọi thứ trong cuộc sống của họ, đời sống tình cảm của họ chỉ là một trò chơi. Tỏ ra khó đạt được là một cách tốt để đánh mất sự hứng thú của họ. Trò chơi cũng được, miễn là chúng không quá lý trí.

Lưu ý: nếu bạn đọc về Mars Nhân Mã mà thấy không đúng hoàn toàn, thì có thể bạn là Mars lai chứ không phải thuần. Đọc kĩ đầu chương.

Nhân Mã bị quyến rũ bởi những người có chút khác biệt, thích phiêu lưu, dung cảm, dám bộc lộ. **Đời sống tình dục của Mars Nhân Mã khi bạn đời là:**

Mars Bạch Dương: dễ bùng nổ. Nhân Mã thích phiêu lưu, và không bị gò bó nên không bao giờ buồn tẻ. Pháo hoa sẽ xuất hiện - đặc biệt là khi Bạch Dương bắt đầu cứng đầu và hống hách trên giường, và Nhân Mã trả đũa bằng cách trở nên phóng túng và tự do hơn nữa

Mars Kim Ngưu: không thoải mái. Kim Ngưu đòi hỏi sự chung thủy và thói quen, còn Nhân Mã dễ bay bổng và không nhất quán. Kim Ngưu thích chậm rãi, đều đặn, trong khi Nhân Mã thỉnh thoảng lại tìm cách giải quyết nhanh chóng.

Mars Song Tử: Song Tử say sưa với cách tiếp cận hoang dã, tự do của Nhân Mã, còn Nhân Mã thì hiểu thái độ 'Tôi sẵn sàng cho mọi thứ' của Song Tử. Giữa hai bạn có sức hút nhưng do bản tính bồn chồn nên mối quan hệ này thường không kéo dài.

Mars Cự Giải: Cự Giải thấy Nhân Mã quá khó nắm bắt, vô trách nhiệm, còn Nhân Mã thấy họ dễ xúc động và quá đề cao an toàn. Ngoài ra - Cự Giải cố gắng 'làm mẹ' Nhân Mã trên giường, điều mà Nhân Mã không thích mấy.

Mars Sư Tử: cả hai đều khỏe và đam mê. Coi chừng kiệt sức

Mars Xử Nữ: Nhân Mã như kẻ săn mồi khiến Xử Nữ chạy trốn. Hai bạn rất khác nhau. Xử Nữ muốn mổ xẻ và hoàn thiện các kỹ thuật phòng ngủ của cả hai, trong khi Nhân Mã thích ứng biến và thực hiện tình huống đến.

Mars Thiên Bình: bền chặt. Thiên Bình tinh chỉnh, định hướng sự bùng nổ của Nhân Mã, trong khi Nhân Mã khơi dậy ham muốn, khiến Thiên Bình làm nhiều điều vượt trội. Nhưng về lâu dài, Nhân Mã khao khát đối tác khỏe hơn.

Mars Bọ Cạp: Bọ Cạp muốn chung thủy còn Nhân Mã khó cam kết. Nhân Mã có thể cảm thấy không thoải mái với cường độ cảm xúc của Bọ Cạp trong quá trình ân ái.

Mars Nhân Mã: cuồng nhiệt, mọi lúc mọi nơi.

Mars Ma Kết: Nhân Mã đam mê tốc độ và Ma Kết không thích bị lao vào. Ma Kết tuân theo quy tắc, trong khi Nhân Mã không chạy theo thời gian biểu nào hết.

Mars Bảo Bình: hai bạn đều đầy phiêu lưu, sôi động. Nhân Mã cho Bảo Bình thấy những thú vui ngoài trời. Bảo Bình khai sáng cho Nhân Mã những thú vui trong tâm trí

Mars Song Ngư: hai bạn rất linh hoạt, thích sự đa dạng, thay đổi, đồng thời mở rộng tầm nhìn của nhau. Hai bạn thích trêu chọc nhau. Về lâu dài Nhân Mã có thể trở nên quá thô bạo và huyên náo trước sự nhẹ nhàng và lãng mạn của Song Ngư.

Nên nhớ: bạn có thể thuộc cung Cự Giải nhưng Mars lại là Mars Ma Kết. Đọc kĩ đầu chương

Từ khóa: Có trách nhiệm, Chăm chỉ, Kiên trì, Thực tế, Tỉnh táo, Cẩn thận quá mức, Kiềm chế, Không nghĩ đến nửa kia, Quá trang nghiêm, Căng thẳng

Mars Ma Kết là người ngăn nắp và dịu dàng. Họ thích kiểm soát cuộc sống của họ. Họ kiên quyết, nhưng họ có chừng mực. Họ thích đứng đầu mọi thứ trong cuộc sống của họ. Họ thích đặt ra mục tiêu và tập trung vào việc đạt được chúng. Họ không khoa trương nhưng có thể đầy tham vọng. Họ muốn được an toàn và họ sẽ làm mọi cách để thành công.

Khi Mars Ma Kết nổi giận, đó là kiểu giận dữ điềm đạm. Họ có ý thức tự chủ mạnh mẽ trong mọi lĩnh vực của cuộc sống. Họ không muốn thấy bất cứ thứ gì bị lãng phí. Họ sợ khi cảm thấy buông lỏng và mất kiểm soát.

Họ là người duy vật. Một phần thế giới của họ là những thứ có thể được nhìn thấy hoặc nắm giữ được. Mars Ma Kết rất kỷ luật. Họ lên kế hoạch cho tương lai. Họ đặt ra những mục tiêu thực tế. Họ là những người lao động năng suất và thích nhìn thấy những kết quả rõ ràng.

Mars Ma Kết là người có trách nhiệm và đáng tin cậy. Họ làm việc chăm chỉ, luôn chú tâm và mài giũa công việc. Họ có xu hướng trở thành người nghiện công việc. Họ muốn đạt được địa vị và sự công nhận do những thành tựu họ đã làm. Họ rất thực tế và có thể kiếm được lợi nhuận từ hầu hết những thứ mà họ đặt tâm trí vào. Họ có xu hướng thận trọng, điều này có thể gây bất lợi trong một số trường hợp. Họ cũng hoài nghi về những ý tưởng mới. Họ khó bỏ được những thói quen cũ. Họ có thể trông bi quan và tỏ ra quá nghiêm túc.

Mars Ma Kết có ham muốn tình dục mạnh mẽ và đánh giá cao những trải nghiệm nhục dục. Điều này ẩn sau bộ mặt dè dặt của họ. Thật khó để điều này hiển thị ra bên ngoài. Một khi họ tiết lộ con người thật bên trong, bạn sẽ không phải thất vọng vì họ. Họ không vội vã mà dành thời gian, tận hưởng khoảnh khắc. Theo lối cổ điển và thẳng thắn, họ cho đi khá nhiều cho đối tác của mình, mặc dù họ mong đợi được nhận lại cũng khá nhiều. Họ không thử nghiệm các kỹ thuật mới. Họ đánh giá cao sự thận trọng. Họ muốn sự an toàn của một mối quan hệ lâu dài. Nếu họ tập trung vào sự nghiệp, họ có khả năng kìm nén hoàn toàn ham muốn tình dục nếu cần để không bị phân tâm. Sức chịu đựng của họ rấ

Họ là người mạnh mẽ, trần tục và kiên trì, luôn theo đuổi một người yêu tiềm năng - nếu họ cảm thấy người đó xứng đáng. Nửa kia đó thường "tốt hơn" họ ở một khía cạnh nào đó - đẹp trai hơn, giàu có hơn, quyền lực hơn … Sự hấp dẫn tình dục thôi là chưa đủ, vì quyền lực, tham vọng, thành công và tiền bạc cũng quan trọng đối với họ. Họ có thể đòi hỏi nhiều về mặt tình dục nhưng cũng rất cho đi, khả năng tự chủ cũng như kỹ thuật của họ được mài giũa tốt.

Họ có sở thích chăn gối không có gì quá hoang dã hoặc lạc lối. Họ đặt ra những tiêu chuẩn cao cho bản thân - và đối tác. Bất kỳ người yêu nào không đáp ứng được những tiêu chuẩn này sẽ sớm bị gửi đi.

Họ thăng hoa khi nào. Khi bắt đầu một mối quan hệ, họ có thể chậm rãi khởi động và thận trọng bộc lộ những đam mê, cho đến khi họ cảm thấy thoải mái với đối tác của mình và nửa kia đã giành được sự tin tưởng và tôn trọng từ họ. Chỉ khi đó họ mới có thể phát huy hết khả năng tình dục mạnh mẽ của mình.

Xét về tình dục, Mars Ma Kết có chung thủy không. Người đàn ông Mars Ma Kết chung thủy với những người mình yêu thương. Anh ấy tin vào sự cam kết và không ngại thực hiện nó. Một khi đã cam kết với một mối quan hệ, anh ấy sẽ không dễ dàng từ bỏ nó. Anh ấy là một đối tác chung thủy, người có thể tin cậy được và luôn giữ đúng lời hứa của mình.

Lưu ý: nếu bạn đọc về Mars Ma Kết mà thấy không đúng hoàn toàn, thì có thể bạn là Mars lai chứ không phải thuần. Đọc kĩ đầu chương. Ma Kết thích tình dục thông thường (không có gì quá hoang dã hoặc lạc lối). Nếu đối tác không làm được điều này sẽ khiến ma kết khó chịu. **Đời sống tình dục của Mars Ma Kết khi bạn đời là:**

Mars Bạch Dương: vấn đề có thể xảy ra. Bạch Dương thích nhanh và bốc đồng, trong khi Ma Kết thích làm theo thói quen và theo kế hoạch sẵn. Bạch Dương thấy Ma Kết quá dễ đoán và Ma Kết thấy Bạch Dương quá khó kiểm soát.

Mars Kim Ngưu: hai bạn đều theo kiểu truyền thống. Điều này cũng tốt, đáng tin cậy nhưng về lâu dài thì hơi nhạt nhẽo, đơn điệu. Tuy nhiên hai bạn đều thấy sự kết hợp này có lợi và bền vững.

Mars Song Tử: khó dung hòa. Ma Kết thấy Song Tử vô trách nhiệm, phù phiếm, trong khi Song Tử thấy Ma Kết cổ hủ, thận trọng. Ma Kết thấy cách tiếp cận thất thường của Song Tử khá đáng lo ngại. Những nỗ lực giàn xếp, chuẩn bị của Ma Kết không được đánh giá cao.

Mars Cự Giải: phong cách đối lập nhau, nhưng sự cho và nhận lại hài hòa. Cự giải giúp Ma Kết đạt được cảm xúc thỏa mãn, Ma Kết tạo nền tảng và định hướng cho ham muốn mạnh mẽ của Cự Giải.

Mars Sư Tử: có sự bế tắc. Ma Kết có thể tự chủ và thấy xấu hổ trước những trò hề phô trương của Sư Tử trong phòng ngủ. trong khi Sư Tử thấy sự kiềm chế của Ma Kết thật khó hiểu. Ma Kết lo lắng sự không kiềm chế sẽ phá hỏng kế hoạch tương lai của bạn.

Mars Xử Nữ: cả hai đều rất thận trọng, nhưng trong vòng tay của nhau, hai bạn cảm thấy thoải mái và an toàn.

Mars Thiên Bình: khởi đầu tốt đẹp, kết thúc nguội lạnh. Hai bạn đều không đặc biệt bốc lửa hoặc giàu cảm xúc trên giường, vì vậy cả hai đều cần người yêu nồng nhiệt và/hoặc giàu cảm xúc. Tuy nhiên cả hai đều chấp nhận sự tẻ nhạt này.

Mars Bọ Cạp: cả hai đều thích kiểm soát, điều này có thể gây sự cạnh tranh ai là người đứng đầu. Tuy nhiên nếu biết thỏa hiệp sự kết hợp này sẽ tốt đẹp. Hai bạn đem lại sự đam mê, gợi cảm, khiến nhau cảm thấy vững chắc, an toàn.

Mars Nhân Mã: Nhân Mã đam mê tốc độ và Ma Kết không muốn bị lao vào. Ma Kết coi 'tình dục không phức tạp và linh hoạt' của Nhân Mã là lăng nhăng; Nhân Mã xem 'làm tình có trách nhiệm', của Ma Kết là nhàm chán!

Mars Ma Kết: Cả bạn đều quá bận tâm với lịch trình làm việc bận rộn của mình nên khó tìm thời gian cho cuộc ân ái thoải mái. Nên cố gắng sắp xếp.

Mars Bảo Bình: Bảo Bình thấy lạc lõng với sự truyền thống của Ma Kết. Ma Kết cư xử trưởng thành, có trách nhiệm, trong khi Bảo Bình như thiếu niên nổi loạn. Bảo Bình có thể gây sốc cho Ma Kết.

Mars Song Ngư: Ma Kết thích được kiểm soát và Song Ngư có xu hướng phục tùng vui vẻ.

Phân 11 Mars Aquarius Bảo Bình.

Tư tưởng cởi mở nhưng lại bướng bỉnh lạ lùng

Nên nhớ: bạn có thể thuộc cung Song Ngư nhưng Mars lại là Mars Bảo Bình.
Đọc kĩ đầu chương

Từ khóa: Giải thoát, Thực nghiệm, Thân thiện, Độc đáo, Cải tiến, Bị xa lánh,
Thiếu mạch lạc, Vô tư, Lẻ loi, Quá khích

Tìm hiểu về Mars Bảo Bình hơi khó. Và họ thích điều đó vì họ thích làm
người khác ngạc nhiên. Họ thấy các phương pháp truyền thống nhàm chán và
tìm kiếm những cách mới, sáng tạo hơn để đạt được mục tiêu của mình. Họ rất
cổ điển và độc đáo.

Mars Bảo Bình tự hào về tính độc lập của mình. Ngoài ra họ chẳng có gì khác
đáng tự hào. Họ có thể tự đứng dậy sau mỗi lần vấp ngã. Mặc dù có tư tưởng
cởi mở và cầu tiến nhưng họ cũng có thể bướng bỉnh một cách lạ lùng. Họ
không thích cảm giác bị giữ lại… điều đó sẽ khiến họ nổi loạn. Nếu họ biết
bạn đã tìm ra khuôn mẫu trong hành vi của họ, họ chắc chắn sẽ thay đổi nó!

Mars Bảo Bình có nhiều tham vọng và năng lượng, đặc biệt là đối với những
dự án tri thức và trí tuệ. Họ hơi phân tâm ra một chút, nhưng luôn tập trung
lại để hoàn thành một dự án. Đôi khi, họ tỏ ra rất điên loạn, nhưng khi nhìn lại
tất cả đều có lý. Họ rất tốt khi đạt được những gì họ muốn. Họ có một ý chí
mạnh mẽ và không ngại thể hiện. Kết hợp với sự thông minh bẩm sinh, họ rất
sáng tạo trong việc làm những việc theo cách riêng của mình. Họ có thể là thế
lực thống trị trong một mối quan hệ mà đối tác của họ không hề nhận ra điều
đó.

Mars Bảo Bình sẵn sàng để người khác được là chính mình. Họ coi trọng sự
tự do và cá tính của cả bạn và của họ. Họ muốn có nhiều không gian và sự tự
do. Họ không đa cảm lắm. Họ có vẻ tách biệt, ngay cả trong một mối quan hệ
thân mật. Họ thích chạy các chương trình. Họ có óc tổ chức tốt và có thể trở
thành một nhà lãnh đạo giỏi. Mars Bảo Bình thường là những người cải cách;
và không thích sự gò bó. Họ là những người không theo lề theo lối và yêu cầu
những người theo bạn phải tuân thủ.

Mars Bảo Bình cũng say mê những điều mới mẻ và khác thường trong đời sống tình dục của họ. Điều thú vị ngày hôm nay lại hoàn toàn nhàm chán vào ngày tiếp theo. Họ thích thử nghiệm và có trí tưởng tượng sáng tạo. Họ thử bất cứ điều gì ít nhất một lần… trong tưởng tượng nếu không thể làm trong đời thực. Việc kích thích tâm trí của họ sẽ rất có hiệu quả. Họ tham gia vì niềm vui hơn là vì bất kỳ sự say đắm hay tình cảm thực sự nào. Họ có vẻ tách biệt với nửa kia của họ. Họ sẽ chung thủy nếu họ không cảm thấy buồn chán. Mars Bảo Bình có thể khiến đối phương phát điên vì thái độ "không quan tâm" của họ. Trải nghiệm tình dục nhờ điện thoại hoặc máy tính gấy hứng thú đối với họ vì tất cả chỉ là trí tưởng tượng. Họ khao khát sự đa dạng và sự hứng thú.

Về mặt tình dục, họ rất trái ngược. Một người yêu khiến bạn cháy bỏng đam mê một ngày nào đó có thể khiến bạn lạnh lùng vào ngày hôm sau. Họ thường làm chuyện chăn gối một cách lạnh lùng, tách biệt khiến những đối tác giàu cảm xúc hơn có thể cảm thấy bối rối.

Họ thăng hoa khi chuyện tình dục thỏa mãn sự tò mò và sáng tạo của họ, thỏa mãn sự nổi loạn và không tuân thủ, không giống ai (group sex, lưỡng tính..) của họ. Mặc dù đặc điểm chăn gối của họ không ai (group sex, lưỡng tính..) như vậy nhưng chưa chắc họ đã hành động như thế bạn nhé. Sức hấp dẫn về thể chất thôi là chưa đủ, họ cần phải cảm nhận được tinh thần của nửa kia phải đồng điệu với họ.

Xét về tình dục, Mars Bảo Bình có chung thủy không. Đối với sao Hỏa trong Bảo Bình, nếu một mối quan hệ xâm phạm quá xa vào không gian cá nhân và sự độc lập mà bạn trân trọng, thì bạn sẽ nhanh chóng bỏ chạy. Bạn thích chuyện chăn gối, nhưng bạn còn coi trọng sự tự do của mình hơn.

Lưu ý: nếu bạn đọc về Mars Bảo Bình mà thấy không đúng hoàn toàn, thì có thể bạn là Mars lai chứ không phải thuần. Đọc kĩ đầu chương.

Bảo Bình thích thống trị và tạo ra bầu không khí sôi động. Bảo bình thích đối tác chân thành, cởi mở. **Đời sống tình dục của Mars Bảo Bình với bạn đời là:**

Mars Bạch Dương: mong đợi điều bất ngờ. Bạch Dương bị kích thích bởi những hành động khác thường của Bảo Bình. Bảo Bình thích cách Bạch Dương sẵn sàng lao vào bất cứ thứ gì. Vấn đề duy nhất: Bạch Dương thiên về thể xác, Bảo Bình thin về tưởng tượng.

Mars Kim Ngưu: Kim Ngưu quá trầm tĩnh đối với Bảo Bình và Bảo Bình quá khó đoán đối với Kim Ngưu. Kim Ngưu không cảm thấy thư giãn và thoải mái trên khi ở bên Bảo Bình. Bảo Bình khiến Kim Ngưu lo lắng: tiếp theo Bảo Bình sẽ thử tư thế mới lạ lùng nào.

Mars Song Tử: hãy mong đợi bất cứ điều gì từ Song Tử (ngoại trừ sự chung thủy!) Song Tử thích cách tiếp cận không chính thống của Bảo Bình và Bảo Bình bị thu hút bởi sự sẵn lòng thử nghiệm những cái mới.

Mars Cự Giải: Bảo Bình có cách tiếp cận khách quan và lý trí, trong khi Cự Giải là bản năng và cảm giác. Cự giai ngần ngại thử nghiệm những điều mới của Bảo Bình

Mars Sư Tử: vấn đề xuất hiện ngay từ đầu. Sư Tử yêu cầu được yêu mến, say mê và tôn thờ một cách độc quyền. Trong khi Bảo Bình không muốn sự nhàm chán, khó chịu về chuyện ân ái.

Mars Xử Nữ: Cách làm việc tự do của Bảo Bình khiến Xử Nữ bất an, khó chịu. Đồng thời Xử Nữ chú ý đến từng chi tiết khiến Bảo Bình như bị soi mói. Bảo Bình như muốn trốn thoát.

Mars Thiên Bình: Thiên Bình thích sự nuông chiều, ăn nói ngọt ngào và nghi thức phức tạp trong phòng ngủ. Những phong cách khác thường của Bảo Bình có thể khiến Thiên Bình nhợt nhạt.

Mars Bọ Cạp: hai bạn nồng nàn bốc lửa với nhiều mánh khóe. Nhưng Bọ Cạp muốn sở hữu bạn, và điều đó càng làm bạn xa cách.

Mars Nhân Mã: hai bạn đều thích sự phiêu lưu và sôi động. Nhân Mã giúp Bảo Bình làm quen với những thú vui ngoài trời, trong khi Bảo Bình giới thiệu cho Nhân Mã sự cực khoái trong tâm trí

Mars Ma Kết: Bảo Bình như thiếu niên nổi loạn, thô tục. Ma Kết thì trưởng thành, có trách nhiệm và truyền thống. Ham muốn của Ma Kết diễn ra theo một thời gian biểu định sẵn. Trong khi Bảo Bình thích cuộc hoan lạc theo tuần hơn là đều đặn hằng đêm.

Mars Bảo Bình: mọi thứ đều ổn. Cả hai biết nửa kia sẽ không cản trở phong cách lập dị và yêu tự do của nhau, và cả hai có thể kể cho họ nghe những tưởng tượng điên rồ nhất của nhau.

Mars Song Ngư: sự thích thử nghiệm, có phần trí tuệ của Bảo Bình có thể mâu thuẫn với cách tiếp cận trực quan, cảm xúc của Song Ngư. Nhưng điều này cũng tốt. Song Ngư thích sự thay đổi và những trò hề khó đoán Bảo Bình, trong khi Bảo Bình thấy sự uyển chuyển của Song Ngư quyến rũ kỳ lạ

Nên nhớ: bạn có thể thuộc cung Bảo Bình nhưng Mars lại là Mars Song Ngư. Đọc kĩ đầu chương

Từ khóa: Có thể thay đổi, Dịu dàng, Lý tưởng hóa, Đồng cảm, Dễ dàng bị choáng ngợp, Khó nắm bắt, Phục tùng, Thích ứng với mọi dạng người, Không có động lực, Thụ động

Mars cung Song Ngư rất lịch thiệp và ôn hòa. Họ thường đi vòng vo rồi mới đi đến điểm chính. Họ có xu hướng để bản thân đi theo dòng chảy. Họ thích để cuộc sống tự nhiên diễn ra với họ hơn. Họ cần một cách để bộc lộ bản thân một cách sáng tạo, nếu không họ có thể tạo ra một mớ hỗn độn bằng những sự gây hấn gián tiếp.

Mars Song Ngư có thể chơi trò chơi để đạt được thứ họ muốn, mặc dù họ có thể không biết mình thực sự muốn gì. Cảm xúc của họ rất khó đoán và mãnh liệt. Trên thực tế, họ chạy theo cảm xúc. Họ làm tốt về mặt trí tuệ, nhưng họ có thể gặp vấn đề khi đối mặt với những thách thức về thể chất và thực tế. Mars Song Ngư bị thu hút bởi nghệ thuật và có thể rất tài năng. Họ có khả năng nội quan rất cần thiết cho sự sáng tạo. Họ cũng có sự nhạy cảm với màu sắc, nhịp điệu và giai điệu. Họ thường bồn chồn trong lòng nhưng bề ngoài lại tỏ ra bình tĩnh. Họ có thể tỏ ra nhút nhát hoặc rút lui. Họ rất nhạy cảm với môi trường của họ.

Mars Song Ngư rất lãng mạn, mặc dù nhu cầu của họ thiên về tình cảm hơn là thể xác. Họ rất lý tưởng về tình yêu. Tình dục giống như một ảo mộng hơn. Sự nhạy cảm của họ giúp họ phản ứng rất nhanh với nửa kia của mình. Họ cần rất nhiều tình cảm. Không có nó, họ cảm thấy tình dục thật lạnh lùng và vô cảm. Họ cần một sự kết nối cảm xúc với đối tác của mình để được thỏa mãn. Tuyệt vời hơn nữa, họ còn ngây ngất khi còn có mối liên hệ tinh thần với bạn đời của mình.

Họ rất gợi cảm, và nếu không có sự thân mật, nhiều cảm động và lãng mạn, họ sẽ cảm thấy không được yêu thương. Trí tưởng tượng của họ thật tuyệt vời và họ có thể thỏa mãn với những mộng tưởng lãng mạn trước khi hẹn hò với ai đó. Họ sẵn sàng làm hài lòng nhưng không hung hăng. Họ luôn vào cuộc một cách thụ động. Họ dường như có vẻ thờ ơ hoặc phân tâm. Họ thích những chi tiết mà họ tưởng tượng ra, sang tạo ra những cốt truyện phức tạp và những chuyện bên lề. Họ bị thu hút bởi những người cần sự quan tâm và lòng trắc ẩn của họ.

Họ rất hòa đồng với người khác. Họ biết đối tác của mình muốn gì và mục đích của họ là ân ái để trở thành sự kết hợp giữa thể chất, cảm xúc và tinh thần. Họ quá chú ý đến nhu cầu và tâm trạng của người khác đến mức có thể trở nên bối rối không biết mình muốn gì và mình sẽ đi đâu. Đối với họ, chuyện chăn gối là lý tưởng, nhưng - cũng như mọi lý tưởng khác - nó khó có thể đạt được. Đối tượng ham muốn của họ thường tuột mất vì họ không đủ sự hung hăng và đòi hỏi và hiếm khi thực hiện hành động đầu tiên.

Họ thăng hoa với người họ có nhiều tình cảm. Họ rất nhạy cảm nên rất cần những sự âu yếm, nụ hôn và sự trấn an, vuốt ve trước, trong và sau khi ân ái.

Phản ứng ân ái của họ phụ thuộc vào những cảm xúc hỗn loạn của họ và họ bị ảnh hưởng sâu sắc bởi bầu không khí và tâm trạng. Nếu những yếu tố này không phù hợp trong ngày thì ngày đó tình dục không dành cho họ. Nếu đối tác chủ động và họ có tâm trạng thích hợp thì mọi thứ tốt đẹp.

Xét về tình dục, Mars Song Ngư có chung thủy không. Đàn ông Mars Song Ngư là những người chung thủy và tận tụy, sẵn sàng đi xa hơn vì những người họ yêu thương. Họ cam kết với các mối quan hệ của mình và sẽ làm bất cứ điều gì cần thiết để khiến chúng đi tới đích. Nếu bạn đang hẹn hò với một chàng trai mars Song Ngư, bạn có thể yên tâm khi biết rằng anh ấy sẽ chung thủy và hết lòng vì bạn.

Lưu ý: nếu bạn đọc về Mars Bảo Bình mà thấy không đúng hoàn toàn, thì có thể bạn là Mars lai chứ không phải thuần. Đọc kĩ đầu chương.

Song Ngư bị thu hút bởi những đối tác nhạy cảm và lãng mạn. Song Ngư thích một người lắng nghe mong song ngư, cảm nhận được những cảm xúc sâu sắc của Song Ngư, luôn bên cạnh Song Ngư dù khó khan đến đâu. **Đời sống tình dục của Mars Song Ngư khi bạn đời là:**

Mars Bạch Dương: Sự kết hợp này hiệu quả khi Bạch Dương chủ động và Song Ngư phục tùng. Nhưng về lâu dài Bạch Dương có thể quá cuồng nhiệt và hưng phấn so với sự lãng mạn và dễ bị tổn thương của Song Ngư.

Mars Kim Ngưu: đầy gợi cảm và lãng mạn. Cả hai nhạy cảm với nhu cầu của nửa kia và rất sẵn lòng làm hài lòng nửa kia. Kim Ngưu giúp Song Ngư cảm nhận nhiều hơn với các giác quan thể chất Song Ngư và Song Ngư giới

Mars Song Tử: sự lanh lợi của Song Tử đối lập với cách tiếp cận mơ mộng của Song Ngư. Song Tử muốn những cuộc dirty talk dẫn đến cuộc ân ái nhanh chóng, thú vị. Nhưng Song Ngư thích những rung động lãng mạn dẫn đến cực khoái.

Mars Cự Giải: hai bạn có thể cùng nhau lên đỉnh. Cách tiếp cận của hai bạn đều bằng cảm xúc, trực quan và đồng cảm với mong muốn của nhau. Cả hai đều bị ảnh hưởng bởi tâm trạng, môi trường và thích sự quyến rũ lãng mạn, nhẹ nhàng. Cả hai đều không muốn bị áp lực và căng thẳng khi chăn gối.

Mars Sư Tử: tốt đẹp. Sư Tử cho Song Ngư biết phải làm gì và Song Ngư sẵn sàng tuân theo. Song Ngư cũng chia sẻ sự tưởng tượng sôi động và cách tiếp cận sáng tạo. Song Ngư bị kích thích bởi sự tự tin của Sư Tử

Mars Xử Nữ: Bước sóng của Xử Nữ rõ ràng, sắc nét, tập trung và có trật tự; trong khi của Song Ngư mơ hồ, trực quan, giàu cảm xúc và vô tổ chức. Các bạn cố gắng đáp ứng nhu cầu của nhau nhưng hiệu quả thì còn tùy.

Mars Thiên Bình: cả hai đều thích những sự quyến rũ tinh tế. Có một chút khác biệt. Song Ngư hoàn toàn đánh mất chính mình, trong khi Thiên Bình thích duy trì sự tự chủ và đoan trang.

Mars Bọ Cạp: cả hai bạn đều biết cách giải phóng ham muốn của nhau một cách trực quan. Song Ngư rất dễ bảo, Bọ Cạp thích điều này. Và cùng nhau, bạn có thể đạt đến mức độ thân mật sâu sắc.

Mars Nhân Mã: cả hai đều tiếp cận rất linh hoạt, thích sự đa dạng, thay đổi và có thể mở rộng tầm nhìn của nhau. Các bạn cũng thích trêu chọc nhau. Tuy nhiên, lâu dài, Nhân Mã có thể quá thô bạo và huyên náo so với sự nhẹ nhàng và lãng mạn của Song Ngư.

Mars Ma Kết: Miễn là Song Ngư phù hợp với cách tiếp cận của Ma Kết thì sự kết hợp này tốt đẹp. Ma Kết thích được kiểm soát và Song Ngư khá vui khi được đồng hành. Song Ngư giúp Ma Kết thư giãn và Ma Kết khiến Song Ngư thấy vững vàng, an toàn.

Mars Bảo Bình: cách tiếp cận tình cảm, trực quan của Song Ngư có thể mâu thuẫn với cách tiếp cận thử nghiệm và lý trí của Bảo Bình. Điều này có thể tốt. Những trò hề không đoán trước của Bảo Bình khiến Song Ngư thích thú, và phong cách giống tắc kè hoa của Song Ngư hấp dẫn Bảo Bình.

Mars Song Ngư: hai bạn có cùng bước sóng, thích sự lãng mạn và tưởng tượng

CHƯƠNG3.
KHOAN HÃY
YÊU KHI
CHƯA RÕ
ĐIỀU NÀY
Làm ơn chia sẻ sách này cho 20 người.....Thôi được rồi!
Chỉ cần 1 người là tác giả vui rồi. Cảm ơn

Kính thưa quý đọc giả.

Ở 2 chương trước chúng ta đã tìm hiểu Venus Sign và Mars Sign ảnh hưởng đến tình yêu như thế nào. Chương này chúng ta quay lại với Sun Sign. Thực ra Sun Sign cũng tác động đến cách mà chúng ta yêu. Mời các bạn xem xét những điều nên và không nên khi yêu những cung hoàng đạo chiếu theo Sun Sign.

Bạch Dương: 21/3-20/4 : nông nổi nhất, làm cho đã rồi hối hận nhất, to gan nhất, dám yêu dám hận nhất. Nam Bạch Dương không biết viết thư tình nhất trong các cung. Nữ Bạch Dương thì khiến người khác phái muốn chinh phục nhất

Khi yêu Bạch Dương bạn nên:

…tự tin và chủ động thu hút sự chú ý của Bạch Dương, giúp cô ấy/anh ấy cảm nhận được là mình thực sự may mắn khi có được bạn.

….chuẩn bị tinh thần: Bạch Dương thường thích mang đến cho bạn những sự bất ngờ thú vị. với Bạch Dương, mỗi ngày là một chuyến phiêu lưu

….luôn sẵn sang để tận hưởng một cuộc sống lứa đôi tràn đầy năng lượng và luôn lãng mạn

Và không nên:

….” Buộc chặt” quá, Bạch Dương sẽ ngay lập tức tìm cách phản kháng để bảo vệ tự do của chính mình.

…chỉ trích Bạch Dương hay bạn của Bạch Dương quá nhiều, Bạch Dương dễ tổn thương và có thể quay lại chống trả. Cũng không nên chèn ép Bạch Dương

…cố lấy lại sự chú ý của Bạch Dương bằng cách giả vờ “đưa đẩy” với một người khác hay nhắc lại mối tình xưa. Hành động này sẽ đem lại tác dụng ngược đấy, vì Bạch Dương thường mong muốn bạn đời để quá khứ ngủ yên, và toàn tâm toàn ý cho cuộc sống và tình cảm hiện tại.

Kim Ngưu: 21/4 – 21/5: thận trọng nhất, kiềm chế tốt nhất, tham tiền nhất, đáng tin cậy nhất, chịu khổ giỏi nhất. Nam Kim Ngưu là người chồng tuyệt vời nhất trong các cung và cũng háo sắc nhất. Nữ Kim Ngưu biết cách điều khiển tình cảm của mình nhất, và không biết viết thư tình nhất.

Khi yêu Kim Ngưu bạn nên:

… nấu cho Kim Ngưu, Kim Ngưu sẽ vô cùng cảm kích trước sự chu đáo và hạnh phúc với sự hiện diện của bạn.

… dành nhận nhiều thời gian bên nhau, Kim Ngưu thích nhất là được âu yếm.

… nhờ cậy Kim Ngưu. Kim Ngưu sẽ luôn bên bạn, dang rộng vòng tay và cả trái tim của mình và làm chỗ dựa tinh thần cho bạn.

…ủng hộ sự nghiệp cũng như các quyết định của Kim Ngưu. Kim Ngưu luôn mong muốn nhận được sự động viên, khích lệ từ bạn.

… đón nhận sự hào phóng của Kim Ngưu, Kim Ngưu ưu thích những tiện nghi trong cuộc sống và luôn muốn sẻ chia điều ấy với người bạn đời

Và không nên:

…lỡ hẹn hay không nhấc điện thoại của Kim Ngưu

… quá khó hiểu hay khó đoán trước, Kim Ngưu luôn chân thật và đáng tin cậy nên mong muốn người bạn đời của mình cũng như vậy.

…thúc dục Kim Ngưu đưa ra quyết định, bạn sẽ thấy Kim Ngưu cáu đấy. …

thiếu kiên nhẫn, Kim Ngưu luôn đủng đỉnh và suy nghĩ rất kĩ trước khi đưa ra quyết định.

… cứng đầu phản kháng. Một khi Kim Ngưu đã đưa ra quyết định, không gì có thể khiến Kim Ngưu xiêu lòng và thay đổi đâu.

… quản lý tiền bạc quá chặt hoặc cố tình giành quyền quản lý. Kim Ngưu có thiên hướng sẽ là người năm giữ "tay hòm chìa khóa" và sẽ biết tự cân đối tài chính một cách tốt nhất. Cũng đừng làm mất tiền Kim Ngưu, ví dụ lấy tiền Kim Ngưu đi đánh bạc

Song Tử: 22/5 – 21/6: lẻo mép nhất, thông minh nhất, yêu điên cuồng nhất, hài hước nhất, nhiều chuyện nhất. Nam Song Tử là ngươi tình lãng mạn, tuyệt vời nhất và cũng được người khác giới yêu quý nhiều nhất nhưng ít coi trọng gia đình nhất. Còn nữ Song Tử tình cảm hời hợt, đòi hỏi nhiều nhất

Khi yêu Song Tử bạn nên:

… tỏ ra lơ một chút. Song Tử thích cảm giác đuổi bắt nên hãy để Song Tử đuổi theo bạn.

…lắng nghe. Song Tử có thể ngồi hằng giờ để tám chuyện với bạn. hãy cùng tạo nên những cuộc đối thoại thú vị nhé.

…hết mình trong chuyện ái ân, thể hiện sự hết mình bằng cả tinh thần lẫn cơ thể.

… giữ khoảng trời riêng cho Song Tử.

Và không nên:

…là một thính giả tồi hay một người đối thoại nhàm chán. Song Tử mau chán và rất có thể tìm đến người khác để nói chuyện thay vì tìm đến bạn đấy.

…hỏi quá nhiều về những việc hay những suy nghĩ đang diễn ra trong đầu Song Tử. Song Tử coi đó là sự xâm hại tự do nghiêm trọng.

… quá truyền thống. Vì truyền thống sẽ lặp đi lặp lại, dẫn đến nhàm chán, nhất là chuyện gối chăn.

Cự Giải 22/6- 23/7: chu đáo nhất, yêu gia đình nhất, hiếu thảo nhất, đa sầu đa cảm nhất. Nam Cự Giải tình cảm sâu sắc, chí công vô tư nhất trong các cung, và biết cách điều khiển tình cảm của mình nhất. Nữ Cự Giải thì giỏi viết thư tình nhất

Khi yêu Cự Giải bạn nên:

…quan tâm đến Cự Giải. Cự Giải muốn có được sự chú ý của bạn.

… học cách yêu thích sự yên tĩnh. Cự Giải quý nhất những buổi tối ấm cúng, yên bình trong gia đình.

…tự nấu bữa cơm gia đình, nếu có trưng hoa thì Cự Giải thích một bó hoa hái từ vườn hơn là một bó hoa tuyệt đẹp được mua về.

…tận hưởng cảm giác được bao bọc. Cự Giải luôn muốn bảo vệ bạn khỏi những cuộc sống ồn ào bên ngoài.

…cho Cự Giải thấy được sự cảm kích của bạn đối với cuộc sống yên bình bạn có được bên Cự Giải.

Và không nên:

…giễu cợt Cự Giải, cho dù là một trò đùa vô thưởng vô phạt. Cự Giải xem chuyện này rất nghiêm trọng và sẽ khó hàn gắn dù bạn xin lỗi bao nhiêu đi chăng nữa.

…để mình bị ảnh hưởng tâm trạng của Cự Giải vì rất có thể bạn vẫn đau đầu trong khi Cự Giải đã nhanh chóng lấy lại tâm trạng bình thường rồi.

… cố gắng làm sếp của Cự Giải. Cự Giải sẽ không để bạn đàn áp đâu.

… tỏ ra cứng rắn. Cự Giải thích sự mềm mỏng, cảm giác được yêu chiều.

…đánh giá thấp hoặc lơ là chăm sóc cuộc sống gia đình, Cự Giải sẽ cho rằng bạn không coi trọng người than và gia đình, những điều quan trọng đối với Cự Giải.

Sư Tử: 24/7- 23/8: tự tin nhất, thích thể hiện nhất, sĩ diện nhất, phong cách nhất, phong độ nhất. Nam Sư Tử tình cảm hời hợt, đòi hỏi nhiều nhất nhưng khiến bạn khác phái muốn chinh phục nhất

Khi yêu Sư Tử bạn nên:

…chắc chắn là bạn luôn khen Sư Tử thông minh, xinh đẹp. Và Sư Tử sẽ luôn đón nhận những lời khen này một cách hào hứng đồng thời đáp trả bằng thật nhiều quà và sự âu yếm.

…sẵn sang trao cho Sư Tử vị trí trung tâm. Sư Tử thích là tâm điểm của mọi sự chú ý. Sư Tử cũng sẽ chia sẻ niềm hạnh phúc này với bạn nên bạn hãy sẵn sang tỏa sang nhé.

…tận hưởng và khuyến khích tính hài hước và nét duyên của sử tử. sử tử sẽ luôn mang đến niềm vui cho bạn đấy.

…mở rộng trái tim. Không chỉ là người yêu tuyệt vời, Sư Tử còn có thể là người bạn tâm giao nữa.

Và không nên:

…tranh giành sự nổi bật, cho dù bạn chỉ muốn có nó một lúc thôi. Sư Tử sẽ rất nhớ cảm giác ấy, nhớ nhé, Sư Tử cần được là trung tâm như mọi lần trước.

…đụng đến lòng tự ái của Sư Tử. Cái tôi của Sư Tử thường rất lớn nhưng lại mong manh, dễ vỡ. Đừng làm Sư Tử tổn thương nhé.

…phê phán sử tử trước công chúng, đây là cách nhanh nhất để làm xấu hình ảnh, làm tổn thương long tự trọng của Sư Tử, điều mà Sư Tử khó có thể chấp nhận và tha thứ.

Xử Nữ: 24/8- 23/9: tỉ mỉ nhất, thích bới móc nhất, thích sạch sẽ nhất, chuyện bé xé ra to nhất, ghen ăn tức ở nhất. Nam Xử Nữ ít được bạn khác giới yêu quý nhất và ít lãng mạn nhất.

Khi yêu Xử Nữ bạn nên:

… cố gắng hoàn thiện cả về hình thức lẫn nội dung bên trong con người bạn. Xử Nữ thường bị cuốn hút bởi những gì hoàn hảo.

…kiên nhẫn và tập làm quen với sự chi tiết của Xử Nữ. Tính chi tiết này cũng có điểm tốt: bạn sẽ luôn được chăm sóc từ những hành động nhỏ nhất.

…thể hiện sự ngưỡng mộ và biết ơn. Xử Nữ sẽ làm việc chăm chỉ và dốc hết sức để bạn có được một căn nhà đẹp như tranh
…là một người bạn chứ không chỉ là một người tình.

Và không nên:
…cho phép mình được luộm thuộm, cả bản than lẫn nhà cửa. Xử Nữ yêu thích sự ngăn nắp, nhất là đối với ngôi nhà than yêu.

…mong chờ quá nhiều. nếu lúc nào bạn cũng muốn nhận được sự quan tâm của Xử Nữ thì hơi khó đấy. Xử Nữ rất thích giúp đỡ anh em, bạn bè nên thời gian chăm sóc bạn sẽ bị những việc này chi phối.

…làm món ăn mà Xử Nữ không thích. Xử Nữ khá kĩ tính trong việc ăn uống, không phải cái gì họ cũng cho vào bụng.

…đánh giá thấp khả năng chăn gối của Xử Nữ. tính hoàn hảo của Xử Nữ đặc biệt phát húy trong phòng ngủ nên hãy tận hưởng và tỏ ra cảm kích với những nỗ lực của Xử Nữ.

Thiên Bình: 24/9 – 23/10: thích chưng diện nhất, hay do dự nhất, lười nhất nhất, lý sự cùn nhất, công bằng nhất. Nam Thiên Bình ít trọng sắc nhất và không biết cách tán nhất trong các cung. Nhưng nữ Thiên Bình là người vợ tuyệt vời nhất

Khi yêu Thiên Bình bạn nên:

…cố gắng giữ cho cuộc sống êm dịu và yên bình. Thiên Bình với biểu tượng cán cân, luôn mong muốn có được sự cân bằng về tất cả mọi mặt.

… trau dồi kiến thức về nghệ thuật. Thiên Bình sẽ giúp bạn cảm nhận giá trị của âm nhạc, hội họa, thơ văn.

…tham khảo ý kiến của Thiên Bình về mọi mặt trong cuộc sống. Thiên Bình luôn muốn tiếng nói của mình có trọng lượng, và Thiên Bình cũng thường đưa ra những lời khuyên sang suốt, giúp bạn có được quyết định đúng đắn.

Và không nên:

… bắt Thiên Bình quyết định một cách gấp gáp. Cho dù chỉ là quyết định ăn gì vào bữa sáng, Thiên Bình cũng cần thời gian cân đo, đong đếm, so sánh giữa các lựa chọn trước khi đưa ra quyết định cuối cùng.

…nhận xét là Thiên Bình mệt mỏi hay xuống sắc, bạn sẽ làm Thiên Bình lo lắng suốt đêm, và cả những ngày hôm sau. Thiên Bình luôn tự hào với vẻ bề ngoài tươi tắn, trẻ trung của mình.

…nhấn mạnh vào tính làm biếng hay tính kiêu ngạo của Thiên Bình. Càng bị nói nhiều về những đặc tính này, Thiên Bình có xu hướng thể hiện chúng nhiều hơn.

Bọ Cạp: 24/10- 22/11: si tình nhất, tàn khốc nhất, có sức hút nhất, lạnh lùng nhất, lý trí nhất. Nữ Bọ Cạp háo sắc nhất

Khi yêu Bọ Cạp bạn nên:

…khiến mình trở nên thật ngon lành mỗi khi trong tầm mắt hổ cáp. Hổ cáp luôn chú ý và thích ngắm những vẻ đẹp có thiên hướng sexy.

…chia sẻ hết. Hổ Cáp sẽ luôn muốn biết những bí mật trong quá khứ của bạn và những mong ước thầm kín của bạn nữa, và Hổ Cáp sẽ cố gằng thực hiện được những mong muốn của bạn.

…đầu tư cho đồ ngủ và vài cây nến. hổ cáp sẽ mang đến cho bạn những bản nhạc lãng mạn, và một vài động tác massge, và cùng nhau tận hưởng.

…làm quen với ánh mắt "ngấu nghiến" của hổ cáp, thêm một cái ôm siết. Không cần nói, bạn cũng biết hổ cáp muốn gì.

Và không nên:

… buộc tội hổ cáp không chung thủy. Hổ Cáp sẽ cho đó là sự xúc phạm nặng nề vì long chung thủy, tận tình, hết long với bạn đời là đức tính đặc trưng của hổ cáp.

… đánh thức long ghen tuông của Hổ Cáp. Hổ Cáp sẽ trở nên rất giận dữ và phản kháng thái quá, đặc biệt sẽ trói chặt bạn đấy.

…trêu chọc khả năng chăn gối của Hổ Cáp. Hổ Cáp vốn nổi tiếng về năng lực chăn gối và tự hào về điều ấy.

Nhân Mã: 23/11- 21/12: ham chơi nhất, hồ đồ nhất, đáng yêu nhất, dám mạo hiểm nhất, vô phép tắc nhất. Nữ nhân mã ít coi trọng gia đình nhất.

Khi yêu Nhân Mã bạn nên:

… thể hiện tinh thần lạc quan, yêu đời và những đức tính tốt của bạn. Nhân Mã sẽ lấy đó làm hình mẫu, và bộc lộ những đức tính này.

…giữ cho Nhân Mã sự tự do về thể chất lẫn tinh thần. Ngược lại Nhân Mã cũng giúp bạn cảm nhận được khoảng không gian riêng của bạn.

…tận hưởng những mẩu chuyện vui, một chuyến tàu siêu tốc hay những ngày đi du lịch xa. Nhân Mã sẽ đem những trò tiêu khiển thú vị nhất đến với bạn. Thế nên hãy luôn săn sang, đầy năng lượng và nhiệt huyết để cùng tham gia bạn nhé.

Và không nên:

…để Nhân Mã tiếp xúc với nhiều mặt trái, những nhược điểm trong tính cách của bạn. Nhân Mã cần được gần gũi với những cái tốt đẹp, kể cả khi điều đó có nghĩa là bạn phải lờ đi những buồn phiền bạn đang có.

…nói thẳng rằng bạn đúng và Nhân Mã đã sai. Nhân Mã luôn tin rằng mình có câu trả lời đúng cho mọi việc.

…phớt lờ máu đỏ đen của Nhân Mã. Một số Nhân Mã không kìm chế được khi ngồi vào thớ bạc hay nhìn thấy tỉ lệ cá cược.

Ma Kết: 22/12- 20/1: nghiêm túc nhất, bình tĩnh nhất, nhẫn nại nhất, chăm chỉ nhất, bảo thủ nhất. Nữ Ma Kết ít trọng sắc nhất và cũng ít được bạn khác giới yêu quý nhất trong các cung. Nam Ma Kết biết cách tán tỉnh và nam tính nhất.

Khi yêu Ma Kết bạn nên:

…làm quen với sự thật là vẻ bề ngoài luôn thu hút Nam Dương. đối với Nam Dương, hình thức đặc biệt quan trọng.

…cảm thông với sự tận tụy, hết lòng với công việc và niềm khao khát thành công của Nam Dương. Thực tế là Nam Dương muốn sự thành công ấy không phải dành cho riêng mình mà cho bạn đời của mình nữa.

…tính toán cẩn thận, quản lý tốt tài chính gia đình. Hành động này giúp Nam Dương yên tâm, khiến Nam Dương vui lòng.

… kiên nhẫn chờ đợi, một khi đã sẵn sàng, Nam Dương sẽ gắn bó lâu dài và trở thành điểm tựa vững chắc nhất cho bạn.

Và không nên:

…làm mất mặt Nam Dương nơi công cộng.

…tiêu xài phung phí. Nam Dương sẽ buộc bạn trả lại món đồ ngay cả khi món ấy được mua cho Nam Dương.

…thất hứa. Nam dương coi trọng những việc làm đến nơi đến chốn hơn là những lời nói hoa mỹ, hay những lời hứa sáo rỗng.

…phê phán sự tập trung quá mức vào công việc hay sự quan tâm hết lòng đến họ hang của Nam Dương, Nam Dương luôn coi đây là niềm tự hào về tính cách của mình, đối với Nam Dương, không gì quan trọng hơn việc được chăm lo hết mình cho những sự vật, sự việc, những con người được Nam Dương quan tâm.

Bảo Bình: 21/1 – 19/2: tò mò nhất, ham học nhất, sáng tạo nhất

Khi yêu Bảo Bình bạn nên:

…thoải mái nói chuyện, chia sẻ với Bảo Bình về bất cứ đề tài gì. Bảo Bình sẽ luôn có thông tin để đóng góp và sẽ làm bạn bất ngờ với những hiểu biết và những triết lý của mình.

…tạo sự bất ngờ. Bảo Bình luôn thích thú với những bất ngờ, đặc biệt là những món quà bất ngờ, nhỏ thôi nhưng độc đáo và tặng không vì lý do hay dịp gì.

… chia sẻ niềm đam mê sang tạo và những ý tưởng với Bảo Bình.

Và không nên:

…quá chính xác. Nếu bạn thực sự đúng giờ hay những kế hoạch chuẩn xác, bạn sẽ gặp khó khăn đấy vì Bảo Bình rất cảm tính và có những ý tưởng bất chợt.

…mong muốn sở hữu Bảo Bình, trở thành mối quan tâm duy nhất của Bảo Bình, Bảo Bình cần có không gian để sáng tạo và khám phá thế giới.

… thay đổi quan điểm của Bảo Bình. Với những hiểu biết của mình, Bảo Bình có thể đã có sẵn một niềm tin, định kiến về cuộc sống hay cách vận hành thế giới…mà bạn có lòng có thể thay đổi được.

Song Ngư: 20/2-20/3: nhẹ dạ nhất, nhạy cảm nhất, đa nghi nhất, thích mơ mộng nhất, suy nghĩ linh tinh nhất. Nữ Song Ngư tình cảm sâu sắc, chí công vô tư nhất, lãng mạn, biết cách tán tỉnh và cũng được người khác giới yêu quý nhất trong các cung. Nam song ngư giỏi viết thư tình nhất.

Khi yêu Song Ngư bạn nên:

… thả lỏng cảm xúc để những bộ phim hay bản nhạc buồn tự do lấy nước mắt của bạn. Song Ngư thường rung động với sự nhạy cảm, và sẽ sẵn long an ủi, lau khô nước mắt của bạn

… học cách thể hiện cảm xúc, không cần lời nói. Song Ngư có khả năng đọc được tâm hồn của bạn qua ánh mắt.

… làm chỗ dựa cho Song Ngư. Bên cạnh đó bạn cũng cần học cách kéo Song Ngư xuống đất một cách tế nhị, ngược lại Song Ngư chỉ cho bạn cách tưởng tượng, bay bổng

…thể hiện tình yêu. Khi bạn cho Song Ngư thấy chuyện tình đẹp không chỉ có trong cổ tích mà giữa đời thật. 2 bạn cũng có thể có tình yêu ấy thì Song Ngư sẽ thật sự cảm động và cố hết mình bảo vệ, duy trì chuyện tình cảm của 2 bạn.

 Và không nên:

…giao phó tài chính gia đình cho Song Ngư. Song Ngư thật sự không quan tâm đến vấn đề này đâu, tâm trí Song Ngư ở nơi khác.

…phủ nhận tình yêu cổ điển với hoa và sô cô la. Đối với Song Ngư, tình yêu như cổ tích là có thật, và không thể chấp nhận một tình yêu khô khan, quá thực tế.

…cố gắng xóa bỏ tâm hồn bay bổng của Song Ngư, bạn sẽ làm Song Ngư mất đi niềm vui trong cuộc sống

Chương 4 Tôi đã vượt qua duyên âm như thế nào
cách vượt qua bùa ngải, bùa yêu

Kính thưa quý đọc giả

Trong chương này chúng tôi sẽ có 3 phần. Phần 1 là cách vượt qua duyên âm. Phần 2 là cách vượt qua bùa ngải, bùa yêu. Phần 3 là làm gì khi lỡ phạm tà dâm.

Phần 1. Làm gì khi mắc duyên âm

Nếu các bạn mắc duyên âm, các bạn nên chia sẻ cuốn sách miễn phí này cho những người mắc duyên âm khác, những người khổ vì tình và nhiều nhiều người khác. Bạn càng làm nhiều phước, bạn càng nhanh khỏi duyên âm.

Nếu các bạn không mắc duyên âm mà khổ vì tình, mà các bạn tin Phật pháp, bạn hoàn toàn có thể thực hành các bước sau, trừ bước 2.

Nếu các bạn khổ vì những lĩnh vực khác như sức khỏe, tiền tài.... các bạn cũng có thể thực hiện những bước sau (trừ bước 2) nhưng thay vì cầu nguyện về "phước và nghiệp tình ái", các bạn cầu về " phước và nghiệp về sức khỏe, tiền tài"..

Nếu các bạn không khổ nhưng muốn có thêm phước vẫn có thể thực hành bước 4.

Nếu có vong nào theo các bạn, rồi phá đường tình duyên của bạn thì bạn nên làm như sau:

Bước 1: Xóa hết mọi tội, nghiệp về tình ái của bản thân kiếp trước

1- Đọc chú: Tad đia tha om đa rê đa rê ban đa rê xóa ha (7 lần) Om Vajra Guhe Rya Jada Sam ma ya Hum. Cầu xin chư Phật chư Bồ Tát, nếu những kiếp trước con có gây ra nghiệp gì về tình ái, cầu xin chư phật chư bồ tát xóa hết mọi nghiệp chướng về tình ái giúp con. Con cảm ơn chư Phật chư Bồ Tát. Tad đia tha om đa rê đa rê ban đa rê xóa ha (7 lần)

2- Đọc chú: Tad đia tha om đa rê đa rê ban đa rê xóa ha (7 lần). Án sa phạ, bà phạ truật đà sa phạ, đạt mạ sa pha, bà phạ truật độ (3 lần). Cầu xin chư Phật chư Bồ Tát, nếu những kiếp trước con có gây ra nghiệp gì về tình ái, cầu xin chư phật chư bồ tát xóa hết mọi nghiệp chướng về tình ái giúp con. Con cảm ơn chư Phật chư Bồ Tát. Tad đia tha om đa rê đa rê ban đa rê xóa ha (7 lần)

3- Đọc chú: Tad địa tha om đa rê đa rê ban đa rê xóa ha (7 lần) Nam mô Quán

Thái Âm Bồ Tát. Cầu xin Quán Thái Âm Bồ Tát giúp đỡ cho con kiếp này và những kiếp sau không còn khổ vì tình nữa, Tad địa tha om đa rê đa rê ban đa rê xóa ha (7 lần)

4 : Tad địa tha om đa rê đa rê ban đa rê xóa ha (7 lần) Án Chiết Lệ Chủ Lệ Chuẩn Đề gia hộ đệ tử …sở cầu như ý Ta Bà Ha. Cầu xin chư Phật chư Bồ Tát giúp đỡ cho con. Nếu những kiếp trước con có gây ra tội, nghiệp gì làm

tổn hại phước báu tình ái, hạnh phúc gia đình, cầu xin chư Phật chư Bồ Tát khôi phục những phước đức bị mất này của con.
Tad địa tha om đa rê đa rê ban đa rê xóa ha (7 lần)

Bước 2: Cầu cho những vong này mau siêu thoát. Đức Phật nói: oán không diệt được oán, lấy oán báo oán thì oán nợ thêm chồng chất, lấy ân báo oán thì mọi thứ xí xóa hết. Nếu vong nào theo bạn mà bạn tìm cách trừ diệt họ thì rất khó. Chi bằng mình giúp họ.

Bạn nên đại diện cho cha mẹ kiếp trước của những vong này để cầu nguyện cho họ, như vậy sẽ gia tăng phước bổn mạng cho bạn.

1- Đọc chú: Tad địa tha om đa rê đa rê ban đa rê xóa ha (7 lần)

Nam mô Địa Tạng Vương bồ tát. Con xin đại diện cho cha mẹ kiếp trước của những con ma đang đi theo con để cầu nguyện cho những con ma này. Cầu xin Địa Tạng Vương bồ tát giúp đỡ cho những con ma, quỷ này tránh khỏi 3 đường ác và sớm tái sanh vào cảnh giới lành. Tad địa tha om đa rê đa rê ban đa rê xóa ha (7lần)

2- Đọc chú: Tad địa tha om đa rê đa rê ban đa rê xóa ha (7 lần)

Nam mô Quán Thái Âm Bồ Tát. Cầu xin Quán Thái Âm Bồ Tát, con xin đại diện cho cha mẹ kiếp trước của những con ma đang đi theo con để cầu nguyện cho những con ma này. Cầu xin Quán Thái Âm Bồ Tát giúp đỡ cho những con ma, quỷ này không còn chịu khổ ở kiếp này và những kiếp sau nữa, sớm ngày được tái sanh vào những cảnh giới lành. Tad địa tha om đa rê đa rê ban đa rê xóa ha (7 lần)

3- Đọc chú: Tad địa tha om đa rê đa rê ban đa rê xóa ha (7 lần). Nam mô Đương Lai Hạ Sanh Di Lặc Tôn Phật. Con xin đại diện cho cha mẹ kiếp trước của những con ma, quỷ đang đi theo con để cầu nguyện cho những con ma này. Nếu những kiếp trước những có ma, quỷ này có gây ra tội nghiệp gì làm mất hết phước báu, cầu xin Đương Lai Hạ Sanh Di Lặc Tôn Phật khôi phục phước báu đã bị mất cho những chúng sanh này. Tad địa tha om đa rê đa rê ban đa rê xóa ha(7 lần)

4- Đọc chú:
 Chom-Den-De / De-Zhin Sheg-Pa / Dra-Chom-Pa / Yang-Dag Par / Dzog-Päi Sang-Gyä / Nam-Par Nang-Dze / ö-Kyi Gyäl- Po-La / Chag-Tshäl-Lo (1 lần) Jang-Chub Sem-Pa / Sem-Pa Chen-Po / Kün-Tu Sang-Po La / Chag-Tshäl-Lo (1 lần)
Tadyatha / Om / Pencha Griya / Ava Bodhani Svaha / Om / Dhuru Dhuru / Jaya Mukhe / Svaha (7 lần)

Cầu xin chư Phật Chư Bồ Tát, con xin đại diện cho cha mẹ kiếp trước của những con ma, quỷ đang đi theo con để cầu nguyện cho những con ma, quỷ này. Cầu xin chư phật chư bồ tát gia tăng phước báu của những con ma, quỷ đã từng hoặc đang đi theo con lên nhiều lần. Tad địa tha om đa rê đa rê ban đa rê xóa ha (7 lần)

Bước 3: Gia tăng phước báu tình ái cho chính mình.

Kính thưa quý đọc giải. Nhiều người cúng duyên âm là khỏi. Nhưng cũng có nhiều người cúng nhiều lần, tốn nhiều tiền vẫn không khỏi. Nguyên nhân vì sao.

Các bạn nên biết một bệnh nhân khi đi khám bác sĩ, bác sĩ chữa một lần là khỏi. Nhưng cũng có một số bệnh nhân đi khám, chữa nhiều lần vẫn chưakhỏi hẳn. Nguyên nhân là vì sức đề kháng của người đó yếu.

Tương tự như vậy, người cúng duyên âm một lần là khỏi do phước báu tình ái và/hoặc bổn mạng nhiều. Người cúng nhiều lần vẫn chưa khỏi là do phước báu tình ái và/hoặc quá ít. Có càng nhiều phước báu về tình ái và bổn mạng, càng có ít khả năng thế lực nào làm hại đường tình duyên của bạn.

Muốn có phước đạo Phật nói là có 3 cách: tài thí (cho đi tài sản), pháp thí (dạy người khác phương pháp), vô úy thí (làm người khác tự tin).

Trong chuyện tình cảm ta nên làm pháp thí như sau: chúng ta nên chia sẻ kiến thức, kinh nghiệm cho người khác. Tôi khuyện bạn nên chia sẻ sách này. Vì sách này là một trong số ít những sách nói về duyên âm. Và sách này cũng có phiên bản ebook nữa.

Tôi vào các group facebook: bí kíp tán gái, hẹn hò, tán crush, rồi đăng "ai muốn tặng miễn phí tài liệu tán gái, comment phía dưới nhé" để chia sẻ link google drive (link có thể tìm trên facbook) của ebook này
-        Tôi cũng vào các group facebook về xem bói, duyên âm rồi đăng " mình có tài liệu chữa duyên âm, ai cần thì comment".

-        Các bạn có biết tôi đã tham gia vào các group trên facebook: 12 cung hoàng đạo, tư vấn tình yêu, cách tán gái… rồi comment vào các status mà người đăng gặp khó khăn về tình cảm. Tôi nói họ để ngày tháng năm sinh để tôi coi giùm. Tôi cũng chỉ dựa vào nội dung sách này để xem miễn phí xem họ venus nào thôi. Sau đó tôi chia sẻ sách này cho họ. Tôi tư vấn ngày khoảng 3 người, sau 1 năm tôi tư vấn và chia sẻ sách miễn phí cho gần 1000 người. Sang năm tôi sắp cưới vợ

Bạn chia sẻ cho càng nhiều người, phước báu tình ái của bạn càng nhiều.

Bước 4: Tạo phước báu tình ái và bổn mạng cho chính mình bằng cách cầu nguyện cho người khác.

Để có phước báu tình ái bạn phải tìm những đối tượng khổ vì tình: mẹ đơn thân, đàn ông gà trống nuôi con, người ế vợ ế chồng, người li dị vợ chồng, người li thân, người bị ép tảo hôn, người có vợ hoặc chồng ngoại tình, người bị bệnh điên tình, người tự sát vì tình…..

Để có phước báu bổn mạng, bạn tìm người khổ vì bệnh tật

Trên đời này, những hành động hiếu thảo luôn đem lại cho bạn nhiều phước báu, nên bạn hãy đại diện cho con cái của những người khổ vì tình mà cầu nguyện chohọ. Nếu những người khổ vì tình này chưa có con cái, bạn có thể đại diện cho cha mẹ của họ. Nếu họ lớn hơn bạn 15 tuổi trở lên, bạn có thể đại diện cho con cái họ. Nếu họ lớn hơn bạn ít hơn 15 tuổi hoặc nhỏ tuổi hơn bạn có thể đại diện cho cha mẹ họ. Cũng với cách này nếu bạn cầu nguyện cho người khổ vì bệnh tật thì các bạn sẽ có thêm phước bổn mạng. Nếu các bạn cầu nguyện cho người khổ vì tiền tài, bạn sẽ có thêm phước tiền tài...

Đọc chú: bạn phải đọc một cách chân thành, và sáng tạo, không cần thiết phải đọc nguyên si câu cầu nguyện, chỉ cần đọc nguyên si câu chú.

1 Đọc chú: Tad đia tha om đa rê đa rê ban đa rê xóa ha (7 lần) Om Vajra Guhe Rya Jada Sam ma ya Hum. Cầu xin chư Phật chư Bồ Tát, con xin đại diện cho con cái (hoặc cha mẹ) của... để cầu nguyện cho... : nếu những kiếp trước .... pháp danh..(nếu có).. có gây ra nghiệp gì về tình ái, cầu xin chư phật chư bồ tát xóa hết mọi nghiệp chướng về tình ái giúp người này. Con cảm ơn chư Phật chư Bồ Tát. Tad đia tha om đa rê đa rê ban đa rê xóa ha (7 lần)

Lưu ý: Nếu cầu cho người nào đó, người được cầu cũng phải thành tâm muốn thoát khổ đau tình ái và không chơi bời.

2 Đọc chú: Tad đia tha om đa rê đa rê ban đa rê xóa ha (7 lần). Án sa phạ, bà phạ truật đà sa phạ, đạt mạ sa pha, bà phạ truật độ (3 lần). Cầu xin chư Phậtchư Bồ Tát, con xin đại diện cho con cái (hoặc cha mẹ)của... để cầu nguyện cho... : nếu những kiếp trước. . .... pháp danh ...(nếu có)..có gây ra nghiệp gì về tình ái, cầu xin chư phật chư bồ tát xóa hết mọi nghiệp chướng về tình ái giúp người này. Con cảm ơn chư Phật chư Bồ Tát. Tad đia tha om đa rê đa rê ban
đa rê xóa ha (7 lần)

3 Đọc chú: Tad đia tha om đa rê đa rê ban đa rê xóa ha (7 lần). Án tu đa lị, tu đa lị, tu ma lị, sa bà ha (3 lần). Cầu xin chư Phật chư Bồ Tát, con xin đạidiện cho con cái (hoặc cha mẹ) của... để cầu nguyện cho... : nếu những kiếp trước. .... pháp danh ..(nếu có)...có gây ra nghiệp gì về tình ái, cầu xin chư phật chư bồ tát xóa hết mọi nghiệp chướng về tình ái giúp người này. Con cảm ơn chư Phật chư Bồ Tát.Tad đia tha om đa rê đa rê ban đa rê xóa ha (7 lần)

4 Đọc chú: Tad đia tha om đa rê đa rê ban đa rê xóa ha (7 lần)
Nam mô Quán Thái Âm Bồ Tát. Cầu xin Quán Thái Âm bồ tát con xin đại diện cho con cái (hoặc cha mẹ) của... để cầu nguyện cho... : cầu xin Bồ Tát giúp cho pháp danh..(nếu có)..bớt khổ, kiếp này và những kiếp sau có cuộc sống gia đình hạnh phúc. Tad đia tha om đa rê đa rê ban đa rê xóa ha (7 lần)

5: Tad đia tha om đa rê đa rê ban đa rê xóa ha (7 lần) Nam mô Đương Lai Hạ Sanh Di Lặc Tôn Phật. Cầu xin Đương Lai Hạ Sanh Di Lặc Tôn Phật, con xin đại diện cho con cái (hoặc cha mẹ) của... để cầu nguyện cho...: cầu Đương Lai Hạ Sanh Di Lặc Tôn Phật xin giúp đỡ cho ....pháp danh..(nếu có)... Nếu những kiếp trước người này có gây ra tội,nghiệp gì làm tổn hại phước báu tình ái,hạnh phúc gia đình, cầu xin Đương Lai Hạ Sanh Di Lặc Tôn Phật khôi phục những phước đã báu bị mất của người này. Tad địa tha om đa rê đa rê ban đa rê xóa ha (7 lần)

6 Đọc chú: Chom-Den-De / De-Zhin Sheg-Pa / Dra-Chom-Pa / Yang-Dag Par / Dzog-Päi Sang-Gyä / Nam-Par Nang-Dze / ö-Kyi Gyäl- Po-La / Chag-Tshäl-Lo(1 lần) Jang-Chub Sem-Pa / Sem-Pa Chen-Po / Kün-Tu Sang-Po La / Chag-Tshäl-Lo (1 lần) Tadyatha / Om / Pencha Griya / Ava Bodhani Svaha / Om / Dhuru Dhuru / Jaya Mukhe / Svaha (7 lần)Cầu xin chư Phật chư Bồ Tát con xin đại diện cho con cái (hoặc cha mẹ) của...để cầu nguyện cho... : cầu xin chư Phật chư Bồ Tát gia tăng phước báu về tình yêu và hạnh phúc gia đình cho ...... pháp danh....(nếu có).... Tad địa tha om đa rê đa rê ban đa rê xóa ha (7 lần)

Kinh nghiệm: bạn vào các nhóm facebook, các nhóm về "tư vấn tình cảm, hôn nhân", để tìm những người khổ vì tình, vì gia đình không hạnh phúc và cầu nguyện cho họ. Nếu họ đăng bài "ẩn danh", bạn vẫn có thể cầu nguyện theo kiểu: thưa chư Phật chư Bồ Tát, con muốn cầu nguyện cho người con thấy trên Facebook, người này bị ....(nói một cách thành tâm).... Dù bạn không nói rõ tên nhưng Phật thần thông sẽ hiểu bạn nói về ai.

Bước 5 Gia tăng phước báu bổn mạng cho chính mình bằng cách quyên góp tiền cho bệnh viện, chăm sóc người đau ốm và cầu nguyện cho người bệnh tiêu nghiệp, tăng phước bổn mạng dựa trên bước 4

Bước 6: Gia tăng phước báu tình ái, bổn mạng cho chính mình. Chom-Den-De / De-Zhin Sheg-Pa / Dra-Chom-Pa / Yang-Dag Par / Dzog-Päi Sang-Gyä / Nam-Par Nang- Dze / ö-Kyi Gyäl- Po-La / Chag-Tshäl-Lo (1 lần) Jang-Chub Sem-Pa/ Sem-Pa Chen-Po / Kün-Tu Sang-Po La / Chag-Tshäl-Lo (1 lần)Tadyatha / Om / Pencha Griya / Ava Bodhani Svaha / Om / Dhuru Dhuru / Jaya Mukhe / Svaha (7 lần)Cầu xin chư Phật chư Bồ Tát gia tăng phước báu do con (cầu nguyện cho.., quyên góp tiền cho bệnh viên…, lan truyền sách…) lên nhiều lần. Mỗi việc làm phước đều cầu riêng, không nên gộp tất cả lại đọc đâu nhé. Tad địa tha om đa rê đa rê ban đa rê xóa ha (7 lần)Đặc biệt nếu bạn chia sẻ phương pháp bạn vượt qua duyên âm cho nhiều người thì phước báu lại càng tăng thêm. Lưu ý: câu chú này chỉ đọc không quá 3 lần sau mỗi lần bạn cầu nguyện cho một người hoặc lan truyền 1 cuốn sách

Bước 7: Nếu những bước trên vẫn chưa hiệu quả, đọc chú Ốm, Khu Ru Khu Lê, Hùng, Hê Rì, Sô Hà. Cầu xin Tác Minh Phật Mẫu loại bỏ những chướng ngại trong tình duyên của con để con có 1 gia đình hạnh phúc. Tad đia tha om đa rê đa rê ban đa rê xóa ha (7 lần)

Bước 8: Muốn kiểm tra xem có thể yêu và lập gia đình được chưa. Bộ Mật Tông viết, chú chuẩn đề:

"Nam Ma Táp Đa Nẫm, Tam Miệu Tam Bột Đà Câu Chi Nẫm, Đát Nễ Dã Tha:
Úm - Chiết lệ chủ lệ Chuẩn Đề Ta Phạ Ha

Nếu người muốn ra làm việc chi, trước nên nghĩ tưởng thánh tượng Chuẩn Đề thân ngồi ngay thẳng, chánh niệm chú này mãn đủ 7 biến, trong chừng giây lát, tự nhiên lay động, tức biết công việc mình làm ra sẽ thành tựu tốt. Nếu thân cứng đơ ngã trước ngã sau, tức biết không thành, chắc có tai nạn"

Vậy bạn nên làm bước nêu trên để kiểm tra xem bạn có thể yêu ai đó hoặc lập gia đình với ai đó.

Kinh nghiệm của tôi: trước khi đọc chú bạn nên niệm Nam Mô Phật Mẫu Đại Chuẩn Đề Vương Bồ Tát rồi giãi bày với Phật là con muốn biết chuyện này... Sau khi niệm xong nín thở vài dây để dễ cảm nhận vì sự lay động là rất nhỏ.

Tôi làm bước như trên để hỏi Phật Chuẩn Đề xem có thể tán tỉnh một cô gái tôi để ý được không. Tôi làm bước trên và có lay động, tức là có thể tán được nhưng tôi vẫn không tán được người này. Tuy nhiên vài tháng sau, ngườ i con gái này lại suy nghĩ thế nào đó và bắt đầu tán tỉnh lại tôi. Vậy có thể thá y Phật Chuẩn Để nhận định không hề sai, chỉ là chúng ta chưa hiểu hết ý của Phật Chuẩn Đề mà thôi.

Phần 2: Cách vượt qua bùa ngải và bùa yêu

Kính thưa quý đọc giả

Tôi chưa từng bị bùa ngải hay bùa yêu lần nào nhưng tôi xin vào kinh nghiệm và kiến thức của tôi để chia sẻ với các bạn. Mong có thể giúp một phần nào đó cho các bạn.

Nếu các bạn bị bùa ngải yểm, các bạn có thể đọc chú sau:

1-Tad đia tha om đa rê đa rê ban đa rê xóa ha (7 lần)

Bộ lâm(vài lần) cầu xin chư Phật chư Bồ Tát bẻ gãy tất cả tác động của những ai(nếu biết chính xác ai thì đọc tên) đang làm ác yểm lên…. Bộ lâm (vài lần) Tad đia tha om đa rê đa rê ban đa rê xóa ha (7 lần)

Chú này trích trong Bộ Mật Tông của Thích Viên Đức

2 - Đọc chú: Bộ lâm (7 lần) vừa đọc vừa tưởng tượng ra người đang yểm mình, đồng thời hay bàn tay nắm lại

Chú này có tác dụng làm người kia không thể làm phép hại bạn

3- Tad đia tha om đa rê đa rê ban đa rê xóa ha (7 lần)

Khư Chi Khư Trụ Khư Tỳ Chi, Giam Thọ, Giam Thọ, Đa Chi Bà Chi Đâu Đế, A Nĩ Đế, A Châu Đế, Ta Ba Ha. Cầu xin chư Phật chư Bồ Tát ngăn cản bất kì ai (nếu biết chính xác ai thì nói tên) đang làm ác yểm lên…. Bộ lâm (vài lần) Tad đia tha om đa rê đa rê ban đa rê xóa ha (7 lần)

4- Tad đia tha om đa rê đa rê ban đa rê xóa ha (7 lần)

Hồng Giả Lệ Chủ Lệ Chuẩn Nê Linh đệ tử … Bát Ra Nẫm Gai Đa Giả Hồng Phấn Tra. Cầu xin chư Phật chư Bồ Tát bảo vệ … đừng để bất kì ai làm ác yểm lên…. Bộ lâm (vài lần)

Tad đia tha om đa rê đa rê ban đa rê xóa ha (7 lần)

Trên đây là 3 chú giúp bạn đối phó với ai đang dùng bùa ngải làm phép hại bạn. Tôi xin chia sẻ với bạn thêm giúp bạn 2 chú để trị bùa yêu. Bạn có thể kết hợp các chú trên với 2 chú này

5-Úm, bút quát hốt lốt, ma ha bát ra, ngân na ngái, vẫn trắp vẫn, vĩ hiệt vĩ, ma na thê, ô thâm mộ hốt lốt, hùm hùm phấn phấn phấn tóa ha.

Viết tên họ của hai người đó lên giấy, để dưới bàn chân tụng chú 218 biến rồi đốt giấy, thì hai người ấy đời đời xa lìa, không còn thương mến.

Muốn khiến họ thương kính mến nhau, liền viết tên họ của các người ấy để dưới bàn chân tụng chú 108 biến, rồi đốt giấy, thì các người ấy thương kính mến nhau, đời đời không xa lìa

Chú trên đây là chú Phật. Phật không bao giờ gán ghép hay chia lìa ai hết. Tuy nhiên nếu có ai đó cố ý dùng bùa ngải để gán ghép hay chia lìa ai, ta có thể dùng chú Phật để làm ngược lại, đưa về nguyên trạng.

6- Tad đia tha om đa rê đa rê ban đa rê xóa ha (7 lần)
Ốm, Khu Ru Khu Lê, Hùng, Hê Rì, Sô Hà. Cầu xin tác minh phật mẫu ngăn
không cho bất kì ai (nếu biết chính xác ai thì nói tên) dung bùa ngải phá hoại đườ
ng tình duyên của….. Bộ Lâm(vài lần)
Tad đia tha om đa rê đa rê ban đa rê xóa ha (7 lần)

Có một số loại bùa ngải dung âm binh để hai bạn. Nếu như vậy, bạn niệm như sau:

7 - Tad đia tha om đa rê đa rê ban đa rê xóa ha (7 lần)
Nam mô Phật Mẫu Đại Chuẩn Đề Vương Bồ Tát. Cầu xin Phật Mẫu Đại Chuẩn Đề
Vương Bồ Tát giúp cho …. đừng để vong nào làm hại… Tad đia tha om đa rê đa
rê ban đa rê xóa ha (7 lần)

8- Tad đia tha om đa rê đa rê ban đa rê xóa ha (7 lần)
Nam mô Kim Cương Thủ Bồ Tát. Cầu xin Kim Cương Thủ Bồ Tát giúp cho
…. đừng để vong nào làm hại…
Tad đia tha om đa rê đa rê ban đa rê xóa ha (7 lần)

9 - Tad đia tha om đa rê đa rê ban đa rê xóa ha (7 lần)Án xỉ lâm, bộ lâm
(vài lần) bộ lâm (vài lần) cầu xin chư phật chư bồ tát ngăn không
cho vong nào theo....
Tad đia tha om đa rê đa rê ban đa rê xóa ha (7 lần)

10- Nam mô bạc già phạt đế.

Tát bà tha đát lan lô chỉ dã.

Bát lạt để tì điệt sắt tra dã.

Bột đà dã. Bạc già phạt đế.

Đát điệt tha.

Úm, bột lâm bột lâm.

Thuật đà dã thuật đà dã.

Tỳ thâu đà dã. Tỳ thâu đà dã.

A táp ma táp ma.

Tam mạn đa. Phạ hoa sát.

Táp bát ra noa yết để ngược yết na.

Tỏa bà bà, tì thú đệ.

A tỳ xiển giả. Đổ mạn.

Tát bà đát da già đa.

Tô yết đa

Bạt ra bạt giả na.

A mật lật đa tỳ sư kế.

Ma ha mẫu đà ra, mạn đa ra bà

na.

Úm. A hát ra a hát ra.

A dũ san đà ra ni.

Thu đà dã. Thu đà dã.

Già già na. Xoa phạ bà. Tỳ thú đệ.

Ô sắt nị sa. Tỳ thệ dã tỳ thú đệ.

Tố ha tát ra yết lại thấp nhị. San thù địa đế.

Tát ra bà đát tha yết đa.

A bà lô ky ni.

Tát bà đát đá già đa mạt đế.

Tát đà ra, ba la mật đa.

Ba rị, phú ra ni.

Na ta bồ mật bà la. Địa sắt sỉ đế.

Tát la bà đát đà yết đa da. Hất rị đà da.

Địa sắc sá na.

Đế sắt sỉ đê.

Úm, một điệt lệ, một điệt lệ. Ma ha một điệt lệ.

Bạt triết la ca dã.

Tăng hát đản na tỳ thú đệ.

Tát ra bà yết ma, phạt lạt noa tỳ thú đệ.

Bát lạt đổ rị ca đế, tì rị, tì thú đệ.

Bát lạt để na bà ra đái dã. A dũ thú đệ.

Tam ma da. Địa sắt sỉ na. Địa sắt xỉ đế.

Úm. Mạt nhĩ, mạt nhĩ, ma ha mạt nhĩ.

Á ma ni, á ma ni.

Tì ma ni, tì ma ni, mạ hạ tì ma ni..

Mạt địa mạt đế, ma ha mạt đế.

Đát đạt đa bột đa.

Cô thi tì lê thú để.

Tị tốt bố tra. Bột địa tỳ thú đệ.

Úm, hy hy.

Thệ dã thệ dã.

Tị thệ dạ tị thệ dã.

Tam mạt ra tam mạt ra.

Sa phạ ra, sa phạ ra.

Tát la bà bột đà.

Địa sắt sỉ na.

Địa sắc sỉ đa.

Thú đệ thú đệ.

Bạt triết lệ, bạt triết lệ. Ma ha bạt triết lệ.

A bạt triết lệ.

Bạt triết la yết tì.

Thệ da yết tì.

Tì giá gia yết tì.

Bạt triết ra thệ bạt la yết tì.

Bạt triết rô na già đế.

Bạt triết rô na bà đế.

Bạt triết la tam bà phệ.

Bạt triết rô bạt triết rị na.

Bạt triết lam, bạt bà đổ mạ mạ.

Tát rị lam. Tát la phạ. Tát đỏa bà năng.

Tát xá gia. Tì lê, tì thú đệ.

Sất dạ phạ bà đổ mế tát na.

Tát lạt bà yết đế tì lê thú đễ.

Tát lạt bà đát đà yết đa. Sất da mi.

Tam ma ta phạ. Tát diện đô.

Tát bà đát đá già đa.

Tam ma tát phạ sa địa sắt sỉ đế.

Úm! Sất địa da, sất địa dạ.

Bột đề dã, bột đề dã.

Tỳ bồ đề dã, tì bồ đề dạ.

Bồ đà dạ, bồ đà dạ.

Tì bồ đà dạ, tì bồ đà dã.

Mô ca dã, mô ca dã.

Tì mộ ca dã, tì mộ ca dạ.

Thuật đà dạ, thuật đà dã.

Tì thuật đà dã, tì thuật đà dã.

Tam mạn đa đát biệt lệ, mô ca dã.

Tam mạn đà da sa mế biệt rị thú đễ.

Tát la bà đát tha già đa tam ma da hất rị đà da.

Địa sắt sa na, địa sắt sỉ đế.

Úm, mẫu đề lê mẫu đề lê, ma ha mẫu đà ra,.

Mạn đa ra, bát na

Địa sắc sỉ đế.

Xóa ha.

Nếu người nam hay nữ bị ma quỉ khuấy rối, hoặc phần âm yêu đắm, quyến luyến không tha, nên giữ chánh niệm vừa tụng chú vừa xoa khắp mình nạn nhân, kế đó lấy tay vỗ vào thân, ma quỉ liền bỏ chạy.

Nếu có bệnh nhân bị tinh mị dựa vào, kẻ cứu hộ nên nhìn chăm chú vào mặt người bịnh mà tụng đà ra ni này, tinh mị sẽ xuất ra.

Nếu các bạn sử dụng tất cả chú trên mà vẫn chưa có hiệu nghiệm mấy,chứng tỏ phước bổn mạng, phước tình ái của bạn ít quá hoặc kiếp trước các bạn gây ra tội, nghiệp gì, kiếp này phải trả nghiệp. Các bạn có thể đọc bước 1 phần 1 ở trên để xóa nghiệp. Các bạn có thể giúp người, đọc chú giúp cho những vong theo bạn như bước 2 ở trên để tăng phước bổn mạng. Các bạn có thể bước 3,4 ở trên để tăng phước tình ái, bổn mạng

Phần 3: Làm gì khi lỡ phạm tà dâm. Kính thưa quý đọc giả, theo Phật giáo để kiếp sau làm người phải giữ năm giới: không sát sinh, không trộm cắp, không tà dâm, không lừa dối, không nghiện ngập. Đặc biệt không tà dâm và phải hiếu thảo với bố mẹ. Nếu tà dâm mà bạn muốn sám hối để kiếp sau còn làm người thì niệm Phật như sau:

1- Tad đia tha om đa rê đa rê ban đa rê xóa ha (7 lần)
Nam mô Địa Tạng Vương bồ tát. Cầu xin Địa Tạng Vương bồ tát giúp đỡ cho con, kiếp này con lỡ mắc tội tà dâm, nay con cin thành tâm sám hối, cầu xin Địa Tạng Vương bồ tát giúp con không bị đọa 3 đường ác ở các kiếp sau. Tad đia tha om đa rê đa rê ban đa rê xóa ha (7 lần)

2- Tad đia tha om đa rê đa rê ban đa rê xóa ha (7 lần) Nam ma tát bà đát tha yết đê phiếu, a la hát phiếu. án, câu ma la hổ lô bỉ na, tỳ du hòa, tam bà bà, a yết xa a yết xa, lạc hô lạc hô, bột lãm bột lãm, hàm hàm, thị na thị, mạn thù thất lợi dã, tô thất lý dã, đa lại dã mạn, tát bà độc khê phiếu phát phát, thiêm ma dã thiêm ma dã, a nhĩ đô ốt bà bồ ốt bà bà, ba bả mê na thế dã, sa ha. Cầu xin chư Phật, chư Bồ Tát, kiếp này con lỡ phạm tội tà dâm nhưng giờ con đã thành tâm sám hối. Cầu xin chư Phật chư Bồ Tát xóa hết tội tà dâm của con.
Tad đia tha om đa rê đa rê ban đa rê xóa ha (7 lần)

3 Tad đia tha om đa rê đa rê ban đa rê xóa ha (7 lần)
Na mô bạt dà phạt để lệ lô ca bát ra để tì thất sắc tra da bột đà da bạt dà phạt để đát điệt tha. Um tì du đà da sa ma tam mạn đa phạ bà sa sa bá ra nõa yết để ca ha na sa bà phạ du đệ a tì tiến dã tô hắc đa phạt chiết na a mật lật đa sa lộ kế a kha ra a ha ra a du tán đà ra ni du đà da du đà da dà dà na tì đu đề ô sắc nị sa tì chiết ra du đề sa ha sa ha yết ra thấp nhị san châu địa để tát bà đa tha yết đa địa sắt sá da át đạ sắt sỉ để mộ đát sa bạt chiết ra ca da tăng đa ha đa du đề tát bà bạt ra nõa tì du đề bát ra để nhỉ bạt đát da a du du đề tát mạt da át địa sắc sỉ để ma ni ma ni đát đạt đa bột đa cu đê bát lợi du đề tì tát phổ tra bột địa du đề chiết da chiết da tì chiết da tì chiết da tát mạt ra tát mạt ra bột đà át địa sắc sỉ đa du đề bạt chiết lê bạt chiết la yết tì bạt chiết lam bà bạt đô ma ma (tên……) tát bà tát đoả tả ca da tì du đề tát bà yết đề bát lợi du đề tát bà đát tha yết đa tam ma thấp phạ sa át địa sắc sỉ để bột đà bột đà phổ đà da phổ đà da tam mạn đà bát lợi du đề tát bà đa tha yết đa địa sắc tra da na át địa sắc sỉ để ma ha mộ đệ lê sa phạ ha. Tad đia tha om đa rê đa rê ban đa rê xóa ha (7 lần)

4 Tad đia tha om đa rê đa rê ban đa rê xóa ha (7 lần)
"Nam Mô Phật Đà Da

Nam Mô Đạt Ma Da.

Nam Mô Tăng Dà Da.

Án, tất đế hộ rô rô, tất đô rô, chỉ rị ba, kiết rị bà tất đạt rị, bố rô rị, ta phạ ha".
Cầu xin chư Phật, chư Bồ Tát, kiếp này con lỡ phạm tội tà dâm, nhưng bây giờ con
đã sám hối. Cầu xin chư Phật chư Bồ Tát xóa hết mọi tội tà dâm của con
Tad đia tha om đa rê đa rê ban đa rê xóa ha (7 lần)

5- Tad đia tha om đa rê đa rê ban đa rê xóa ha (7 lần) Om Vajra Guhe Rya Jada
Sam ma ya Hum. Cầu xin chư Phật chư Bồ Tát, kiếp này con lỡ phạm tội tà dâm,
bây giờ con đã thành tâm sám hối. Cầu xin chư Phật, chư Bồ Tát xóa hết mọi
nghiệp do con tà dâm gây ra. Tad đia tha om đa rê đa rê ban đa rê xóa ha (7 lần)

6- Tad đia tha om đa rê đa rê ban đa rê xóa ha (7 lần) Án sa phạ, bà phạ truật đà sa
phạ, đạt mạ sa pha, bà phạ truật độ (3 lần) Cầu xin chư Phật, chư Bồ Tát, kiếp
này con lỡ phạm tội tà dâm, bây giờ con đã thành tâm sám hối. Cầu xin chư Phật
chư Bồ Tát xóa hết mọi nghiệp do con tà dâm gây ra. Tad đia tha om đa rê đa rê
ban đa rê xóa ha (7 lần)

7 - Tad đia tha om đa rê đa rê ban đa rê xóa ha (7 lần)
Nam mô Quán Thái Âm Bồ Tát. Cầu xin Quán Thái Âm bồ tát giúp cho con.
Trong quá khứ con có lỡ phạm tội tà dâm nhưng giờ con đã thành tâm sám hối.
Cầu xin Quán Thái Âm Bồ Tát giúp con không khổ vì tình, không chịu khổ đau
do những hành động tà dâm của con trong quá khứ gây ra. Tad đia tha om đa rê
đa rê ban đa rê xóa ha (7 lần)

8: Tad đia tha om đa rê đa rê ban đa rê xóa ha (7 lần) Án Chiết Lệ Chủ Lệ
Chuẩn Đề gia hộ đệ tử …sở cầu như ý Ta Bà Ha. Cầu xin chư Phật chư Bồ Tát
giúp đỡ cho con. Kiếp này con lỡ tà dâm, nhưng con đã thành tâm sám hối.
Nếu những hành động sai trái của con có làm con mất hết phúc báu, cầu xin
chư Phật chư Bồ Tát khôi phục những phước báu bị mất giúp cho con.
Tad đia tha om đa rê đa rê ban đa rê xóa ha (7 lần)

Hoặc:Tad đia tha om đa rê đa rê ban đa rê xóa ha (7 lần)
Nam mô Đương Lai Hạ Sanh Di Lặc Tôn Phật. Cầu xin Đương Lai Hạ Sanh Di
Lặc Tôn Phật giúp cho, kiếp này con lỡ tà dâm, nhưng con đã thành tâm sám hối.
Nếu những hành động sai trái của con có làm con mất hết phúc báu, cầu xin
Đương Lai Hạ Sanh Di Lặc Tôn Phật khôi phục những phước báu bị mất giúp
cho con. Tad đia tha om đa rê đa rê ban đa rê xóa ha (7 lần)

Phụ Lục 1: Vì sao bạn còn độc thân

Kính thưa quý độc giả,

Trong chương này chúng tôi sẽ chia làm hai phần. Phần 1 nói về nguyên nhân bạn còn độc thân chiếu theo Sun Sign. Phần 2 nói về thuật số trong tình yêu.

Phần 1 Lý do độc thân chiếu theo Sun Sign. Nên nhớ cung Sun Sign của bạn có thể là cung thuần, tức là nằm chính giữa cung Sun Sign. Nhưng nếu ngày sinh của bạn lệnh lên hoặc xuống một trong hai cung liền kề một chút, bạn sẽ lai một chút tính cách của cung đó.

Bạch Dương (21/3-20/4): do tính cách nông nổi, hay yêu theo kiểu sét đánh. Nếu dè dặt hơn trong chuyện ái tình thì bạn sẽ ít cãi vã hơn.

Kim Ngưu (21/4-21/5): bạn luôn nghĩ rằng duyên phận sẽ đến với bạn, nhưng thứ bạn chờ đợi chưa chắc đã có kết cục tốt đẹp. Tình yêu là phải tự giành lấy, bởi vì những người cho dù bạn có âm thầm làm cho họ bao nhiêu cũng chưa chắc có kết quả như ý. Cho nên muốn hạnh phúc là phải tự đi tìm.

Song Tử (22/5-21/6): bạn có rất nhiều chiêu trong tình cảm, tạo ra nhiều điều mới mẻ. Tuy vậy đây cũng có thể là con dao hai lưỡi, vì có thể bạn chỉ tò mò hiếu kì thôi, chứ người đó là người bạn thực sự cần, rồi bạn lại vội vã rời xa.

Cự Giải (22/6-23/7): khi tình yêu đến, đừng suy nghĩ quá nhiều, bởi tình yêu là chuyện hết sức đơn giản. Nếu bản thân bạn không thể đem lại cảm giác an toàn thì chẳng ai có thể cho bạn hết. Lạc quan lên, nếu gặp khó khăn, cũng đừng suy nghĩ một mình, cứ thử cùng nhau đối mặt đi. Đừng nghĩ ai cũng nhạy cảm như bạn.

Sư Tử (24/7-23/8): trong mắt nửa kia, bạn là siêu sao. Tuy nhiều bạn cũng nên cho nửa kia không gian để thở, một chút tình thương chứ. Bạn muốn nửa kia của bạn phải tỏ thái độ hâm mộ bạn, trung thành vô điều kiện với bạn. Lâu dần họ mệt mỏi rồi bỏ đi.

Xử Nữ (24/8-23/9): kén cá chọn canh

Thiên Bình (24/9-23/10): vì quá nhiều lựa chọn nên không biết chọn ai. Nghĩ quá nhiều rồi họ chạy hết.

Bọ Cạp (24/10-22/11): tình yêu giống như cát, bốc nhẹ nhàng từng chút một sẽ được nhiều hơn ra sức bốc đầy một nắm.

Nhân mã (23/11-21/12): lá rụng về cội, chim rồi sẽ quay về tổ. Đừng quá tự tin rằng khi quay đầu lại, người đó vẫn đứng chờ đợi bạn, coi chừng một lúc nào đó quay đầu lại thì chẳng còn gì nữa. Tự do là rất quan trong nhưng giá trị tình yêu còn quan trọng hơn. Cũng đừng có cái kiểu nhặt một nắm mè đen ra đi, quay đầu lại mới phát hiện ra dưa hấu đắt hơn. Từ nay hãy biết quý trọng tình cảm của mình nhé.

Ma Kết (22/12-20/1): công việc quan trọng thật đấy. Nhưng tình cảm cũng quan trọng nữa chứ.

Bảo Bình (21/1-19/2): không đủ yêu, không an toàn

Song Ngư (20/2-20/3): rất nhiều người vẫn thất bạn trước những chuyện họ rất giỏi. Sự lãng mạn là chìa khóa để hưởng thụ tình yêu chứ không phải cái hộp để trói chặt tình yêu. Khi tình cảm tiến triển đến một mức cao hơn, cái thực sự cần không phải là sự lãng mạn vẩn vơ, mà là cuộc sống đời thường thật sự. Cuộc đời không như phim ảnh, không phải lúc nào cũng êm đềm, du dương hoặc rực rỡ sắc màu.

Trên đây là nguyên nhân bạn còn độc thân, chiếu theo cung Sun Sign. Vậy để thoát khỏi tình trạng này bạn nên tìm hiểu thêm, mình thực sự muốn gì trong tình yêu. Mời bạn tìm hiểu thêm phần 2, thuật số trong tình yêu.

Phần 2. Kính thưa quý đọc giả, để tìm hiểu về bản thân, ngoài cung hoàng đạo, chúng ta có thể tìm hiểu thuật số. Vậy con số của bạn là gì. Ví dụ bạn sinh ngày
18-5-1999 = 1+8+5+1+9+9+9 = 42 = 4+2 = 6. Cộng các chữ số đến khi nào không cộng được nữa.

Trong thuật số có các số: 1,2,3,4,5,6,7,8,9,11,22 . Nếu các bạn cộng ngày sinh đến con số 11,22 thì không tiếp tục cộng nữa.

Số 1: Số 1 có ít niềm tin vào sự thỏa hiệp, do đó có rất nhiều khác biệt có thể nảy sinh trong mối quan hệ của bạn. Bạn thiếu một chút nghệ thuật trong giải quyết mọi việc, vì vậy bạn có thể phải nỗ lực để cứu vãn mối quan hệ của mình. Tình dục rất quan trọng với bạn và bạn có ham muốn mạnh mẽ. Bạn thông minh, sáng tạo và có tính cạnh tranh. Bạn thường khởi đầu và chiếm ưu thế trong các mối quan hệ của mình. Bạn biết cách biểu lộ bản năng tình dục của mình. Trong tình yêu bạn không bộc lộ những lời nói vô ích và không vội thể hiện cảm xúc. Khi bạn cảm thấy an toàn và ổn định trong một mối quan hệ, bạn sẽ trải nghiệm được tình yêu tuyệt vời và nồng nàn. Hãy cố gắng nhạy cảm và thấu hiểu hơn đối với đối tác của mình... Họ khó có thể đáp ứng được những tiêu chuẩn cao của bạn...

Số 2 : Bạn là người lãng mạn, cần được chiều chuộng và bạn đòi hỏi nhiều sự chú ý. Sự "cùng nhau" rất quan trọng đối với bạn và bạn có nhu cầu cao được cho đi. Bạn có xu hướng hay thay đổi tâm trạng. Số 2 luôn duy trì được cuộc sống tình yêu và hôn nhân vô cùng lành mạnh. Bạn thích chọn bạn đời theo sở thích của mình. Bạn luôn tận hưởng một mối quan hệ hạnh phúc, dù là tình yêu hay hôn nhân. Một khi đã cam kết với bất kỳ mối quan hệ nào, số 2 cũng không thích thay đổi bạn tình của mình, bạn thích hướng tới một mối quan hệ ổn định có thể chuyển đổi thành sợi dây hôn nhân bền chặt ở bước tiếp theo.

Bạn cho thấy là một trong những đối tác tốt nhất trong bất kỳ lĩnh vực nào. Bạn quan tâm đầy đủ đến hạnh phúc của nửa kia. Khi khó khăn nảy sinh, số 2 nên kiên nhẫn và đoàn kết với vợ/chồng mình và cư xử khiêm tốn để tìm ra giải pháp. Mất bình tĩnh có thể phá hủy mọi thứ. Những người này có thể gặp rắc rối trong chuyện tình cảm. Tuy nhiên, cuộc sống hôn nhân và gia đình của họ vẫn hạnh phúc. Nên cố gắng độc lập về mặt cảm xúc với đối tác của bạn.

Số 3: Số 3 có xu hướng là những người trung thực, nhút nhát và chăm chỉ với một trái tim rộng lượng. Bạn được đánh giá cao về khả năng đọc được cảm xúc của người khác. Để có một mối quan hệ thành công, số 3 cần tìm được một người bạn đời ủng hộ tinh thần lạc quan, vui vẻ và sáng tạo của bạn. Bạn có thể hạnh phúc nhất khi ở bên một người bộc phát và có những phẩm chất tương tự, mặc dù điều quan trọng là phải có nền tảng và có sự ổn định trong một mối quan hệ. Một đối tác quá hoang dã hoặc khó đoán có thể gây ra vấn đề. Mặt khác, một đối tác có nền tảng quá vững chắc có thể đang kiệt sức vì số 3- người coi trọng sự tự do và tính tự phát. Điều quan trọng đối với số 3 là tìm được sự cân bằng trong mối quan hệ của họ và chọn một người bạn đời ủng hộ những nhu cầu và mong muốn cá nhân của họ.

Bạn cần sự phấn khích, những cuộc phiêu lưu mới và những trải nghiệm mới. Bạn cần sự đụng chạm nhục dục, sự hài hước và tiếng cười trên giường. Bạn cũng cần tình dục phóng thoáng và nhẹ nhàng. Bạn có xu hướng truyền năng lượng tình dục cho những người thiếu tập trung. Bạn cần một người bạn đời thỏa mãn, một người biết cách thử thách và gây bất ngờ trong cuộc sống 'hàng ngày' cũng như tình dục. Bạn cần người bạn đời là điểm neo giúp bạn tập trung.

Số 4: Bạn rất quan tâm đến mối quan hệ lâu dài. Khi xây dựng một mối quan hệ mới, mong muốn tự nhiên của bạn là cam kết và đầu tư toàn bộ sức lực của mình vào mối quan hệ đó. Bạn là người đáng tin cậy và đối tác của bạn có thể tin tưởng vào bạn. Bạn có xu hướng dè dặt. Bạn không vội phá vỡ sự sắp xếp hiện có. Bạn chú ý đến từng chi tiết hay thay đổi nhỏ với đối tác của mình. Bạn gợi cảm và thường xuyên tham gia vào hoạt động chăn gối với vợ/ chồng của mình. Để thành công trong mối quan hệ của mình, bạn không nên dè dặt về mặt cảm xúc, hãy linh hoạt trong suy nghĩ và ứng xử, đồng thời học cách bày tỏ cảm xúc thực sự của mình, nếu không bạn sẽ cảm thấy như bị phản kháng hoặc cản trở về tình dục.

Số 5 : Bạn bồn chồn, hay tự phát và thiếu kỷ luật. Đối với bạn, sự biến động, linh hoạt là rất quan trọng, giống như nhu cầu tình dục mạnh mẽ của bạn vậy. Số 5 không ưa cam kết nhưng khi đã cam kết thì rất chung thủy. Hoạt động tình dục của bạn rất sôi nổi, đa dạng và luôn cần sự phấn khích. Bạn thể hiện tình yêu của mình với vợ/chồng thông qua chuyện chăn gối. Đây như là hóc môn kích hoạt bạn. Bạn cần một đối tác mạnh mẽ và ổn định, người sẽ chấp nhận những sự bộc phát của bạn, và định hướng cách cư xử chung của bạn. Điều quan trọng là bạn phải tìm được một người bạn đời thực sự, nếu không bạn sẽ thấy mình phải trải qua những cuộc tình đến rồi chia tay– điều này gây cho bạn những đau lòng không đáng có.

Số 6: Bạn có khả năng cống hiến cao độ và khát vọng hòa hợp. Gia đình và con cái là nguồn năng lượng của bạn. Bạn là người gợi cảm, lãng mạn, thích yêu, ân cần, nỗ lực và biết cách làm hài lòng, chiều chuộng bạn đời. Bạn hợp tác với bạn đời trên giường mà không có sự ức chế, giới hạn hay tính toán nào. Bạn mong muốn có được một người bạn đời hoàn hảo, ưa nhìn và có gu thẩm mỹ. Bạn cần học cách chấp nhận nửa kia của mình là một người có cả mặt tốt và mặt xấu. Bạn phải hạ thấp kỳ vọng của mình vào bản thân hoặc đối tác để tránh đi sự hạn chế trong tình yêu.

Số 7: Bạn là người dè dặt, nhạy cảm, dịu dàng và không dễ dàng tin người. Bạn là người kén chọn khi lựa chọn bạn đời, do đó sẽ trải
qua thời gian dài của cuộc sống độc thân. Bạn cần một người bạn đời giống mình về mặt tinh thần và bạn cần có thời gian để hiểu rõ về người bạn đời của mình. Nhưng khi bạn đã quyết định, bạn sẽ cống hiến hết mình và tin tưởng vào đối tác của mình. Bạn cần một người bạn đời nhạy cảm, người sẽ dạy bạn cách cởi mở và bày tỏ cảm xúc mà không sợ bị tổn thương. Vì quá hay phán xét và kén chọn nên bạn sẽ gặp phải sự chậm trễ trong việc tìm kiếm một mối quan hệ lâu dài.

Số 8: Bạn là người năng động, thực tế và đầy tham vọng. Khả năng của bạn là vô tận. Bạn được đánh giá là một người tình đầy mạnh mẽ, có khả năng đạt thành tích cao trên giường nhưng không phải lúc nào cũng coi trọng đối tác của mình. Bạn là người lý trí, tập trung và tự chủ, và không phải lúc nào bạn cũng dịu dàng và mềm mỏng với đối tác của mình. Bạn phải hiểu rằng việc bày tỏ cảm xúc của mình không phải là dấu hiệu của sự yếu đuối và việc cứng rắn hoặc có cái tôi quá lớn sẽ không đưa mối quan hệ đến trạng thái tích cực.

Số 9 : Bạn là người giàu lòng nhân ái, rộng lượng, cởi mở và rất muốn cho đi. Bạn yêu bằng cả trái tim và bạn cũng rất đáng yêu. Bạn chung thủy và ổn định trong các mối quan hệ của mình. Bạn phải tránh có những hành vi cực đoan đối với nửa kia của mình - cho đi quá nhiều hoặc hoàn toàn phớt lờ đều không tốt. Xu hướng tranh luận và đấu tranh của bạn giảm dần theo năm tháng. Bạn cần một người bạn đời có thể cùng nhau hiện thực hóa niềm tin lý tưởng của bạn.

Số 11 : bạn đến thế giới này để hướng dẫn người khác. Bạn có năng lượng tích cực, cao hơn người bình thường. Bạn phải thay đổi cách suy nghĩ và nhận thức của mình về thế giới để có thể tác động đến người khác. Bạn nhạy cảm, dễ tự ái và hay lo. Bạn có nhu cầu được gần gũi với ai đó, cho đi và duy trì một mối quan hệ. Bạn là những người tình tốt và cần một đối tác duy nhất sẵn sàng cân bằng bạn. Bạn có xu hướng phụ thuộc vào cảm xúc; điều này có thể khiến bạn gặp rắc rối khi mối quan hệ không thành. Bạn bị thu hút bởi những đối tác khác thường.

Số 22 : bạn là bậc thầy, bạn có khả năng độc đáo, thể hiện bản thân bằng lời nói một cách tuyệt vời. Bạn đến đây để lãnh đạo và hành động vì lợi ích lớn hơn. Bạn là những nhà đàm phán và xây dựng hòa bình đầy sáng tạo, mạnh mẽ. Bạn cũng cần sự tiếp xúc thân thể. Bạn dễ tự ái, điều này có thể gây ra sự trì hoãn và bất ổn trong mối quan hệ. Việc tìm kiếm một người bạn đời phù hợp không phải là điều dễ dàng đối với bạn trừ khi bạn cởi mở, phát triển ý thức bản thân và vượt qua những nghi ngờ, ghen tuông vô căn cứ. Nếu bạn tìm được người yêu đích thực, bạn sẽ chung thủy nhưng bạn đời phải luôn cho bạn cảm giác rằng bạn là người hữu ích.

Phụ Lục 2: Dành cho ai không còn niềm tin về tình yêu

Kính thưa quý đọc giả

Lòng người khó đoán, bạn đừng nên nghĩ rằng nửa kia đã là người yêu lâu năm hay vợ, chồng của bạn là họ sẽ không cắm sừng bạn, không bỏ bạn mà đi. Nếu bạn phạm vào những điều cấm kị của họ, họ có nguy cơ bỏ bạn đi. Xét về Sun Sign, mỗi cung có những điều không nên mà tốt nhất bạn không nên chạm vào, bạn có thể tham khảo chương 4. Xét về Venus Sign, mỗi Venus đều có những điều cấm kị riêng, bạn có thể xem chương 1, trong mỗi Venus đều có phần " có chung thủy không". Xét về Mars Sign thì bạn có thể xem liệu mình có hợp với bạn đời về Mars Sign hay không, nếu không đây cũng có thể là nguy cơ tiềm tàng.

Trong phần này chúng tôi chỉ bàn về việc ngoại tình chỉ đơn giản vì họ muốn thế chứ chẳng vì lý do gì chính đáng. Nhiều người xem ngoại tình chỉ là thú vui bất chấp luân thường đạo lý, bất chấp vợ, chồng họ tổn thương thế nào. Nếu họ bị bạn đời đối xử tệ, rồi họ ngoại tình thì còn dễ hiểu. Đằng này gia đình họ êm ấm, họ vẫn ngoại tình. Để xét nguy cơ người yêu, vợ, chồng bạn cắm sừng bạn chỉ vì vui chơi hay không, bạn nên xét 3 dấu hiệu:

Sun Sign: Bạch Dương, Song Tử, Nhân Mã, nữ Bọ Cạp (Bọ Cạp rất
chung tình nhưng nữ Bọ Cạp rất háo sắc.)
Venus Sign: Bạch Dương, Song Tử, Nhân Mã
Mars Sign: Bạch Dương, Song Tử, Thiên Bình, Nhân Mã.

Nếu người yêu, vợ chồng bạn có 2 trong 3 dấu hiệu trên thì sẽ là có nguy cơ họ ngoại tình cho vui hoặc họ yêu bạn cho vui rồi có thể sẽ bỏ bạn. Ví dụ người đó Venus Nhân Mã, Mars Song Tử, hoặc nữ cung Bọ Cạp mars Thiên Bình.

Khi yêu những đối tượng này, bạn yêu thì cứ yêu chứ đừng nên sợ hãi mà không dám yêu, nhưng phải tỉnh táo. Các venus này rất dễ khiến đối phương si mê như lúa đổ. Vì sao. Vì khi yêu nếu các bạn tập trung nhiều vào người mình yêu, chưa chắc người ta si mê bạn. Nhưng nếu bạn vừa yêu lại vừa "phũ", lại khiến đối phương si mê như lúa đổ. Trai có phũ thì gái mới yêu, gái có kiêu thì trái mới tán. Những venus trên rất giỏi làm điều này, đặc biệt khi bạn chưa phải người tình thực sự của cuộc đời họ.

Trong trường hợp khác nửa kia của bạn chỉ cần có 1 trong các dấu hiệu về Venus hoặc Mars ở trên cũng có nguy cơ. Trong trường hợp này bạn cũng nên xem Venus hoặc Mars đó có thuần hay lai cung khác. Nếu thuần thì cũng đáng ngại hơn so với lai. Một mình Sun Sign chưa đủ để cấu thành nguy cơ

Nếu người yêu của bạn có một trong bốn Mars trên, bạn nên xem họ có đòi ăn cơm trước kẻng với bạn không để đo xem giá trị cá nhân, sự trưởng thành của họ đến đâu. Việc này nhằm đo lường xem họ có dễ dãi trong chuyện đó hay không.

Nếu người yêu bạn là một trong bốn Venus trên, bạn nên xem bạn có dễ dàng cưa đổ họ hay không, lâu đổ một chút sẽ đáng tin hơn. Hoặc nếu bạn là nữ thì nên tỏ ra khó tán một chút để thử lòng họ, xem họ có kiên trì, thật lòng hay không. Vậy để đoán biết trước cuộc tình, cuộc sống hôn nhân của bạn có nguy cơ gì không, mời bạn đọc phần sau: điềm chiêm bao trong tình yêu

Khi bạn không còn niềm tin vào tình yêu thì người duy nhất bạn có thể tin là chính bản thân bạn. Ở đây chúng tôi cung cấp một công cụ để bạn tự kiểm tra đường tình duyên của mình: điềm chiêm bao.

Điềm chiêm bao về tình yêu, trong con mắt khoa học

Kính thưa quý đọc giả, điềm chiêm bao không phải là mê tín. Ở phương Tây có các sách Songes, Somnambulisme et spiritisme tác giả J.De Roils, Tripe clef des songes tác giả Malbert, Chance et bonheur d'après les songes tác giả Malet và Zenna… chuyên nghiên cứu và nói về điềm chiêm bao.

Để dùng chiêm bao để đoán trước bạn sắp có vợ, chồng chưa, đòi hỏi bạn phải luyện tập phương pháp này. Sang ngủ dậy nên tập nhớ, hôm qua mình mơ gì, rồi dùng công cụ search trong phần mềm đọc pdf tìm trong sách này. Khi phán đoán về điềm chiêm bao, bạn cần sáng tạo và quyết đoán

Những điềm tốt về tình yêu:

- Hôn nhân:

- ✓ Thấy hái **hoa tím** là đi đến hôn nhân.
- ✓ Yêu một người mà bị người đó **ruồng rẫy** hoặc một người yêu mình mà mình ruồng rẫy là tình yêu kết quả, hôn nhân sắp thành
- ✓ Thấy mục đồng là một thiếu nữ, là gặp người vừa ý, sẽ đi đến hôn nhân.
- ✓ Chiêm bao thấy **cài bông cúc** vào áo hay vào tóc là hôn nhân bền chắc.
- ✓ Thấy **hoa dạ lý** trổ bông là hứa hẹn cuộc hôn nhân đẹp.
- ✓ Thấy người đem tặng mình một bức thêu là có hôn nhân vừa ý.
- ✓ Chiêm bao thấy giao du với một người **đàn bà xấu nết** là điềm hôn nhân thành tựu
- ✓ Chiêm bao thấy **trồng trọt** trong vườn là có hôn nhân ngắm nghé.
- ✓ Thấy lá **bài số 8**, nếu người đã có gia đình là sắp sanh con quí, nếu chưa có gia đình là gặp hôn nhân bền chặt.
- ✓ **Đeo nhẫn** là cưới được người vừa ý

163

- Tươi đẹp:

✓ **Trang sức** bằng **bạc** là thành công trong tình ái.
✓ Thấy mình **đuổi hươu** là ái tình tươi đẹp.
✓ Thấy **hoa bay** trước gió là tình yêu thỏa mãn.
✓ Thấy gởi tặng ai một con **gà giò** là thành công trong việc ái tình.
✓ Thấy mình thua trí người, Nếu người nằm chiêm bao là phái nam, sẽ gặp tình yêu chân thật.
✓ Đeo **vòng tay** là gặp cuộc tình đẹp
✓ Mơ thấy **mẹ** là có duyên lành
✓ Thấy **bạn** từ **xa về** là gặp tình duyên đẹp.
✓ Thấy đang **mở bao thư** ra là có tin vui về tình duyên.
✓ Chiêm bao thấy **biệt ly** là điềm gặp duyên lành.
✓ Thấy **buồng đông người** là sắp gặp tình duyên êm đềm.
✓ Thấy **ăn bưởi đắng** miệng là cuộc tình duyên sắp thành tựu.
✓ Thấy **cháy nhà** mình dập tắt được bằng nước. Nếu **nước có vòi** là cuộc tình duyên sắp thành tựu, nếu nước loan rộng áp đảo được lửa là tình duyên dằm ấm. Nếu thấy nước từ sông rạch dâng lên, tràn vào đám cháy là hạnh phúc đến bên thềm.
✓ Thấy mình vào chùa **vái lạy** là sắp gặp tình duyên bền chặt.
✓ Thấy **dế** đáp vào mình là hạnh phúc gần kề.
✓ Chiêm bao thấy mình học đàn, thấy mình đang **đánh đàn** là sẽ gặp duyên lành. Thấy người khác đánh đàn là tình duyên thành tựu. Nhưng thấy đàn chùn dây là duyên nợ đổ vỡ.
✓ Thấy **bóp** nát **trái đào** là tình duyên thành tựu. Nhưng thấy ngửi hoa đào là thất bại trong tình trường.
✓ Thấy **gà trống tơ** hay gà mái tơ là có cuộc tình duyên đầm ấm.
✓ Thấy **lâu đài** được **sửa sang** đồ sộ là gặp cuộc tình duyên thơ mộng.
✓ Thấy **tô sáp** lên **môi** là gặp duyên đẹp.
✓ Thấy một **thiếu nữ sầu tư** là gặp cuộc tình duyên cao đẹp.
✓ Thấy **ăn hoa sen** là cuộc tình duyên thầm mơ ước được thành tựu bất ngờ.
✓ Chiêm bao thấy **dệt thảm** là có cuộc tình duyên êm đẹp.
✓ Thấy bạn **khác phái** mời tập **thể dục** là gặp duyên cao đẹp.
✓ Chiêm bao thấy **hoa màu tím** là gặp tình duyên đằm thắm, tốt đẹp.
✓ Thấy mình bị **người khác hôn** là có người đắm đuối yêu mình.
✓ Thấy lá **bài đầm** là gặp người đàn bà chung tình muốn kết bạn trăm năm.
✓ Thấy mình **lừa bạn** là điềm có người khác phái yêu mình tha thiết.
✓ **Phi ngựa** là chiếm được cảm tình người mình hằng mơ ước
✓ Thấy cỡi **vòng** trong tay mình **đeo cho người** khác là có hứa hẹn bất ngờ, nên duyên chồng vợ.
✓ Mơ thấy **tôm luộc** là tình duyên tái hợp.
✓ Thấy **đốt ảnh** là điềm tơ duyên sắp thành tựu

Những điềm chiêm bao xấu về tình:

- Ngoại tình:

✓ Thấy đồng **tiền vàng xâu** thành đôi là có thêm vợ lẻ, hay có chồng hờ.
✓ Thấy cầm **gương cho người** khác soi là vợ có ngoại tâm.
✓ Thấy lấy **màn trải giường** là sắp có vợ lẻ.
✓ Thấy **màn rách** là chồng hay vợ có tà tâm.
✓ Thấy cai **quản đồn điền** là có ngoại tình.
✓ Thấy người **tặng nhẫn cho mình** là có ngoại tình.
✓ Thấy **người đi giày** của **mình** là vợ có ngoại tâm.
✓ Đàn bà thấy **tóc xõa** là có ngoại tâm.
✓ Đàn ông thấy **vợ bỏ tóc xõa** là có thông dâm với vợ người.
✓ Thấy chợp được **đuôi** một **con sóc** là khám phá được một sự ngoại tình .
✓ Thấy **sóc** nuôi trong nhà bỗng trèo lên **chỗ mình** đang nằm **ngủ** là có thông gian thầm lén với kẻ ăn người ở.
✓ Thấy chim **anh vũ** là vợ có ngoại tình. Thấy chim **uyên ương** là vợ chồng gãy đổ.
✓ Thấy **cắt bầu** trên giàn là điềm ngoại tình trong nhà.
✓ Nghe tiếng **kèn rút dài**, nếu phái nam là vợ có ngoại tình,
✓ Nếu mơ thấy **mình bị bắt**, nếu người nằm mơ đã có chồng vợ thì có ý ngoại tình.

- Lừa dối:
✓ Thấy **tắm chung** với người **thiếu nữ** là tình duyên lừa dối.
✓ **Ăn** cơm ở **nơi khác** không phải nhà mình, nên đề phòng hao tài tốn của vì có kẻ lừa gạt, tình cũng như tiền.
✓ Thấy để con **sóc trên vai** là yêu lầm một kẻ quỷ quyệt chỉ lừa đảo mình để lợi dụng mà không thật dạ yêu mình.
✓ Thấy người đem tặng mình một **vú sữa bằng nhựa** là bị ái tình lừa dối.
✓ Thấy **sâu cắn** ở vế ở **đùi** là lụy vì lời tán tỉnh, đề phòng gặp sở khanh.
✓ Nếu là thiếu niên cần sáng suốt kẻo bị người đàn bà sành đời lôi cuốn vào hố trụy lạc.
✓ Thấy **ăn** nhầm trái **táo có sâu**, hoặc thúi là yêu lầm một gái có chồng.
✓ Chiêm bao thấy trái táo là điềm bị ái tình lừa dối.
✓ Chiêm bao thấy **rào bằng cây sống**, lá sum suê là gặp cuộc tình duyên ở đầu môi chót lưỡi (giỏi nói không giỏi làm).

- Phản bội:

✓ Thấy **đi với mèo** là bị phản bội vì tình.
✓ Chiêm bao thấy mình **thổi kèn** là có sự phản bội về ái tình.
✓ Thấy bị **hươu đuổi** là có phản bội vì tình.
✓ Chiêm bao thấy **yêu người khác phái** là điềm bị phản bội về tình yêu.

✓ Chiêm bao thấy **đánh lộn** với người cùng phái là điềm sắp bị thất vọng về tình duyên, hoặc sắp bị phản bội trong tình trường.

✓ Thấy **trèo** trên **cây chanh** hái trái là đã lỡ bước sang ngang, thầm lén làm việc vụng dại.

✓ Thấy **bóp** nát **trái chanh** là sự lén lút bị bể bạc.

✓ Thấy **ngồi** trên **cây dâu** cành lá sum sê là ái tình vụng trộm.

✓ Chiêm bao thấy **mua bàn ủi** là gặp lại tình xưa, lén lút nối lại duyên cũ.

- Trắc trở:

✓ Thấy **trèo** lên **cây táo** là si mê người một cách mù quáng nhưng không được người đáp trả lại.

✓ Thấy mình **xỉ vả** một **người khác phái**, là mê mệt theo đuổi người mà không được người đáp lại.

✓ Thấy **dê** cái đi **lang thang** một mình là tình duyên sắp gãy đổ.

✓ Chiêm bao thấy **uống trà** là điềm bị ngăn trở trong cuộc lương

✓ duyên khiến mình đau khổ ê chề.

✓ Thấy mình làm **rớt** mất một **chiếc vòng** là tình duyên bị ngăn cách, phải khổ sở lắm mới vượt qua.

✓ Thấy **thiếu nữ vẫy tay** cho mình là tình duyên ngăn cách vì bị tiền chi phối.

✓ Mơ thấy **hái bưởi** là điềm âm thầm yêu ai mà không dám thổ lộ. Thấy vứt một múi bưởi là tình bị ruồng rẫy.

✓ Chiêm bao thấy tự nhiên mình trở thành nghèo là có chuyện buồn hay có rắc rối về tình cảm .

✓ Thấy ăn **trầu phỏng miệng** vì nhiều vôi là gặp cay đắng trong tình đầu, chịu thiệt vì kém tiền bạc.

✓ Chiêm bao thấy mình chứng kiến một cuộc **đấu võ** hay dượt võ là theo đuổi một bóng hình một cách tuyệt vọng.

✓ Thấy cầm **gậy đánh người** là theo đuổi nhân tình nhưng vô vọng.

✓ Thấy đàn bà hay thiếu nữ **đấu võ** là có người cột mối cho mình một thiếu nữ đẹp mặt nhưng không đẹp lòng.

✓ Chiêm bao nghe **mùi dạ lý** là sắp gặp cuộc tình duyên thơ mộng nhưng không bền.

✓ Thấy **tóc quăn** lại là sa ngã vì tình

✓ Thấy mình đưa tay cho bà **thầy bói** là sắp gặp duyên bất ngờ, nhưng không gắn bó.

✓ Thấy một **thiếu nữ xấu nết** theo đuổi mình là tình đầu ngắn ngủi.

✓ Con gái mơ thấy **bướm** là tình duyên rời rã.

✓ Thấy **chuột nhắt** là có kẻ toan phá hoại tình duyên của mình.

✓ Thấy **đám cháy** trước mặt mình là cuộc tình duyên sắp bị ảnh hưởng, hoặc có kẻ rắp tâm ngăn cản.

✓ Thấy lội xuống biển **bắt sò** là theo đuổi cuộc tình duyên ít hy vọng .
✓ Thấy người tặng **tranh khỏa thân** cho mình là tình duyên tan rã.
✓ Thấy người khác **đánh đàn** là tình duyên thành tựu. Nhưng thấy đàn chùn dây là duyên nợ đổ vỡ.
✓ Thấy **chén bát đổ** tung hay bị đập bể là điềm cãi vã trong gia đình, người yêu nếu không giàn xếp sẽ đổ vỡ.
✓ Thấy mình bị **khiêu khích** là lụy vì tình.
✓ Thấy bị **giam chung** với đàn ông là thất bại về tình. Bị giam chung với đàn bà là hôn nhân từ chối.
✓ Thấy **hoa sen rơi** rụng là tình duyên đến hồi chán chường mới tỉnh ngộ.
✓ Thấy mình **quạt cho người** là điềm lụy vì tình.
✓ Thấy **ăn táo** còn **xanh** là bị quyến rủ đến sa ngã.
✓ Thấy **ăn cờ bạc** là bị tình phụ
✓ Thấy **hoa tàn** là bị thất vọng vì tình phụ.

· Nguy hiểm

✓ Thiếu nữ chiêm bao thấy **đi săn** là bị đánh thuốc mê phá trinh

· Tình địch:

✓ Thấy trèo **lên cây bắt sóc** là bị phỗng tay trên trong cuộc tình duyên.
✓ Chiêm bao thấy mình **nhảy** qua một **khe núi** hay một hố sâu là có tình địch.
✓ Thấy mình cấy **mạ** rồi nhổ lên **vứt đi** nơi khác là bị kẻ mình nuôi trong nhà cướp duyên của mình.
✓ Thấy **bò rừng** nên đề phòng có tình địch đang rắp tâm ám hại.

Khiến tác giả hạnh phúc

Các bạn có thể làm tác giả hạnh phúc bằng cách **chia** sẻ sách này cho người thân bạn bè được không

www.ingramcontent.com/pod-product-compliance
Lightning Source LLC
Chambersburg PA
CBHW081144130726
47996CB00009B/2982